D1772300

வணக்கம் துயரமே!

வணக்கம் துயரமே!

பிரான்சுவாஸ் சகன் (1935 – 2004)

‘அழகான ராட்சஷி’யென *(le Charment monstre)* சக படைப்பாளிகளால் பிரியமாக அழைக்கப்பட்ட பிரான்சுவாஸ் சகன், இலக்கிய உலகில் கால் பதித்தபோது பதினெட்டு வயது. வயது கேற்பத் துருதுருப்பும் உற்சாகமும் எழுத்திலும் வெளிப்பட்டது. உணர்ச்சிபூர்வமான நடையில் பாசாங்கற்ற சொற்களூடாக மன உள்ளோட்டங்களை அழகாய் வெளிப்படுத்திய பிரான்சுவாஸ் சகன் சமகால பிரெஞ்சுப் பெண் எழுத்தாளர்களில் முக்கியமானவர். பிரெஞ்சு தேச இலக்கியவெளியில் ‘புதிய அலை’ இயக்கத்தை முன்னெடுத்தவர்.

நாகரத்தினம் கிருஷ்ணா

புதுச்சேரியைப் பூர்வீகமாகக்கொண்ட நாகரத்தினம் கிருஷ்ணாவுக்குக் கடந்த இருபத்தைந்து ஆண்டுகளாக பிரான்சு நாட்டின் கிழக்கில் ஸ்ட்ராஸ்பூர் நகரில் வாசம். சமூகவியலில் முதுகலைப் பட்டம். சொந்தமாக வணிகம் நடத்திவருவதோடு ஆங்கிலம் – பிரெஞ்சு மொழி பெயர்ப்பாளராகவும் செயல்பட்டு வருகிறார். நவீன பிரெஞ்சு இலக்கியத்தினைத் தமிழுக்கு அறிமுகப்படுத்துவதில் ஆர்வம் கொண்டவர். இதுவரை தமிழில் இவரது இரண்டு சிறுகதைத் தொகுப்புகள், இரண்டு நாவல்கள், இரண்டு மொழி பெயர்ப்புகள், பிரெஞ்சு எழுத்தாளர்களைப் பற்றிய கட்டுரைத் தொகுப்பு ஆகியன வெளிவந்துள்ளன.

பிரான்சுவாஸ் சகன்

வணக்கம் துயரமே!

தமிழில்
நாகரத்தினம் கிருஷ்ணா

காலச்சுவடு பதிப்பகம்

● அன்பார்ந்த வாசகருக்கு,

வணக்கம்.

காலச்சுவடு நூலை வாங்கியமைக்கு நன்றி.

நூலின் உள்ளடக்கம், உருவாக்கம், அட்டைப்படம் இன்ன பிற அம்சங்கள் பற்றிய உங்கள் கருத்துகளையும் ஆலோசனைகளையும் காலச்சுவடு வரவேற்கிறது. தகவல், எழுத்து, வாக்கியப் பிழைகள் தென்பட்டால் அவசியம் தெரிவித்து உதவுங்கள். நூல் தயாரிப்பில் கடும் குறைபாடு இருப்பின் மாற்றுப் பிரதி உங்களுக்குக் கிடைக்கக் காலச்சுவடு ஏற்பாடு செய்யும்.

மின்னஞ்சல்: **publisher@kalachuvadu.com**

காலச்சுவடு நாகர்கோவில் அலுவலகத்திற்குக் கடிதம் அனுப்பலாம்.

தங்கள்
எஸ்.ஆர். சுந்தரம் (கண்ணன்)
பதிப்பாளர் — நிர்வாக இயக்குநர்

வணக்கம் துயரமே! ♦ நாவல் ♦ ஆசிரியர்: பிரான்சுவாஸ் சகன் ♦ பிரெஞ்சி லிருந்து தமிழில்: நாகரத்தினம் கிருஷ்ணா ♦ © ஜூலியார் பதிப்பகம், பாரீஸ் ♦ முதல் பதிப்பு: நவம்பர் 2008, ஏழாம் பதிப்பு: ஆகஸ்ட் 2024 ♦ வெளியீடு: காலச்சுவடு பப்ளிகேஷன்ஸ் (பி) லிட், 669 கே. பி. சாலை, நாகர்கோவில் 629 001

vaNakkam tuyaramee! ♦ Novel ♦ Author: Francoise Sagan ♦ Translated from French by: Nagarathinam Krishna ♦ © Editions Julliard, Paris ♦ Language: Tamil ♦ First Edition: November 2008, Seventh Edition: August 2024 ♦ Size: Demy 1 x 8 ♦ Paper: 18.6 kg maplitho ♦ Pages: 152

Published by Kalachuvadu Publication pvt ltd., 669 K.P. Road, Nagercoil 629 001, India ♦ e-mail: publications@kalachuvadu.com ♦ Printed at Clicto Print, Jaleel Towers, 42 KB Dasan Road, Teynampet Chennai 600018

ISBN: 978-81-89945-51-0

08/2024/S.No.266, kcp 5289, 18.6 (7) r1

சொற்ப சிதைவு
விடைகொடு துயரமே
வணக்கம் துயரமே
எல்லை விளிம்புகளில்
எழுதப்பட்டிருக்கிறாய்
நேசத்துக்குரிய விழிகளிலும்
நீயே இருக்கிறாய்
ஏழைகள் சிரித்துனை
ஏற்றுக்கொள்வதால்
'துன்பம்' நீயென
சொல்வதற்கில்லை
வணக்கம் துயரமே
அன்பெனும்
அரூப மிருகம்
விரக்தித் தலையும்
வேதனை கொஞ்சும் முகமுமாய்
கிளர்ந்தெழும்
காதலின் வல்லமை
பிரியத்துக்குகந்த உடல்களின்
நேச வெளிப்பாடு

1

முன்பின் அறிந்திராத அவ்வுணர்ச்சி காரணமாக, சுகம் துக்கம் இரண்டும் கலந்து எனக்கு உபத்திரவம் கொடுக்கின்றன. அதற்கான பெயரை – துக்கத்தின் முழு வீச்சையும் விளக்கவல்ல அழகான பெயரை – இடத் தயக்கம். அது ஒருவகையில் முழுமையான உணர்ச்சி, நிறைய சுயநலம். எனக்கேகூட இப்படியிருக்கிறோமே என்று வெட்கம். மாறாகத் துயரமோ, அபிமானத்திற்கு உரியதாகத்தான் நடந்துகொள்கிறது. அதனை என்ன வென்று நான் அறிந்ததில்லை, என்னை அது அறிந்திருக் கிறது எப்படி? இம்சையும் இன்னலுமாக, ஏன் ஒரு சில வேளைகளில் நெஞ்சத்தில் சஞ்சலமாகக்கூட. இன்றைக்கும் ஏதோவொன்று, பட்டினைப்போன்று மிருது வாக, ஆனால் உறுத்தும்வகையில் என்னைச் சுற்றிக் கொண்டு, 'அவர்க'ளிடமிருந்து விலக்கிவைத்திருக்கிறது.

அக்கோடையின்போது எனக்குப் பதினேழு வயது. அந்த பிராயத்துக்குரிய மகிழ்ச்சியில் குறைவின்றித் திளைத்த நேரம். நான் குறிப்பிட்ட 'அவர்கள்' வேறு யாருமல்ல, என்னுடைய தந்தையும் எல்சா என்கிற அவரது காதலியும். என்னுடைய இந்த அர்த்தமற்ற வாழ்க்கையைக் காலம் கடத்தாமல் யாரிடமாவது சொல்ல வேண்டும். அப்பாவுக்கு அப்போது நாற்பது வயது. பதினைந்து வருடங்களாக மனைவியை இழந்து தனிக் கட்டையாக வாழ்ந்து வந்தவர். மனிதர் இளமையுடன் தான் இருந்தார். ஆரோக்கியத்துடன்கூடிய சுறுசுறுப்பும், நினைத்ததைச் சாதிக்கும் குணமும் அவரது கூடுதல் பலம். விடுதி வாழ்க்கையை முடித்துக்கொண்டு இரண்டு வருடங்களுக்கு முன்பு நான் வெளியுலகிற்கு வந்தபோது, ஒரு பெண்ணுடன் அவர் வாழ்ந்து வந்தார் என்பதை என்னால் புரிந்துகொள்ள இயலவில்லை. ஆறு மாதங்

களுக்கு ஒருமுறை பெண்களை மாற்றும் அவர் குணத்தை உடனடியாக நான் அங்கீகரிக்கவில்லை. எனினும் அதிகக் காலம் அவரிடமிருந்து விலகியிருக்கவும் முடியவில்லை. முதலில் அவரது வசீகரம் ஒவ்வொருமுறையும் அவர் தேடிக்கொள்ளும் புத்தம்புது வாழ்க்கையும் அதை இலகுவாக அவர் கொண்டு செல்லும் திறனும் பிறகு எப்போதும்போல எனது சந்தர்ப்பச் சூழ்நிலைகளும் வெகுசீக்கிரத்தில் அவரிடத்திலே கொண்டுபோய் சேர்த்துவிடும். கவலையற்ற மனிதர், பிரச்சினைகளை அணுகும் திறன், எப்போதும் எதிலும் காட்டும் ஆர்வம், சட்டென்று சோர்ந்துபோதல் – போதாதா? வேறென்ன வேண்டும் பெண்களை மகிழ்ச்சியில் ஆழ்த்த? எனக்கும் அவரை நேசிப்பதில் தடங்கல் ஒன்றுமில்லை. பிரியத்துடன் நேசித்தேன். நல்லதொரு மனிதராக இருந்தார். இரக்க சுபாவமும் கலகலப்பான வாழ்க்கை முறையும் என் மீதான அவரது கட்டுக்கடங்கா அன்பும் அதற்கான காரணங்கள். அவரைவிட ஒரு நல்ல நண்பனையோ அல்லது எனக்கு மகிழ்ச்சியைத் தரவல்ல வேறொரு மனிதரையோ என்னால் கற்பனைகூட செய்ய முடியாது. கோடையின் ஆரம்பத்தில், விடுமுறையில் எல்சா (அவரது சமீபத்திய காதலி) நம்மோடு இருப்பதில் உனக்கேதும் வருத்தமில்லையே என்று கேட்கும் அளவிற்கு அவரது அன்பிருந்தது. எனது தந்தையின் பெண்கள் தேவையை நான் உணர்ந்தவள் என்பதால், அந்தத் திட்டத்திற்கு உற்சாகமூட்டினேன். தவிர எல்சாவினால் எங்கள் விடுமுறைக்கு எந்தப் பாதகமும் ஏற்படாதென்றும் நம்பினேன். எல்சாவுக்கு வாளிப்பான சிவந்த உடல். ஷான்ஸெலிஸே பக்கமுள்ள 'பார்'களிலும் கலைக்கூடங்களிலும் கண்ணிப்படுகிற முகத்தோற்றம். மிகவும் நல்லவளாகத் தெரிந்தாள். எளிமைக்கும் குறைவில்லை. எதையும் விளை யாட்டாக எடுத்துக்கொள்ளக் கற்றிருந்தாள். அப்பாவும் நானும் விவாதித்துப் பழகியவர்கள் என்ற வகையில், விடுமுறைப் பயணத்திற்காக மகிழ்ச்சியுடன் காத்திருந்தோம். ஜூன் மாதத்தில் முதல் வெப்பத்தை உணர்ந்த நாளிலிருந்தே, இந்த வருட விடுமுறைக்கு மத்தியதரைக் கடற்பிரதேசத்தில் வீடொன்றை வாடகைக்கு எடுத்து, கோடையைக் கழிக்க வேண்டுமென்கிற எங்கள் கனவுக்கேற்ப, அப்பா வாடகைக்கு எடுத்திருந்த 'வில்லா' தனித்து, வெள்ளைநிறத்தில், மாளிகைபோல பார்த்தவுடன் பரவசப்படுத்தியது. கடல்நீரை உள்வாங்கி மேலே கடலுக்காய் நீண்டிருந்த நிலத்திட்டில் தனித்திருந்தது. அடர்த்தியாக இருந்த ஊசியிலை மரங்கள், பிரதான சாலையிலிருந்து அதனை மறைத் திருந்தன. அலைகள் தழுவலில் செம்மண் குன்றுகள் இருபுறமும் உயர்ந்து நீண்டிருக்க, தங்கவண்ணத்தில் ஜொலிக்கும் வளைகுடா. அதற்கென்று ஒரு வெள்ளாடுகள் நடைபாதை.

ஆரம்ப தினங்கள் வெகு மகிழ்ச்சியாகவே கழிந்தன. மணிக் கணக்கில் கடற்கரையில், கொளுத்தும் வெயிலில், படுத்துக்கிடந்த தற்குப் பலனில்லாமல் போகவில்லை. கொஞ்சம் கொஞ்சமாக எங்கள் உடல் மாசுமறுவற்ற பொன்னிறத்திற்கு வந்திருந்தது. ஆனால் எல்சாவின் நிலைமை ஆகப் பரிதாபம். ஏற்கனவே அவளுக்குச் சிவந்த சரீரம், அது வெயிலில் வதைபட்டு, உரித் தெடுத்ததுபோல மேலும் சிவந்திருந்தது. அப்பா முன்பக்கம் சரிந்த தன் வயிற்றைக் குறைக்க முனைந்தவர்போல கால்களை அசைத்துத் தீவிரமாகப் பயிற்சியெடுத்துக்கொண்டிருந்தார். தனக்குள்ள டான் ஜுவான் அடையாளம் சிதைந்துவிடக் கூடாதென்கிற அக்கறை. அதிகாலையிலேயே தண்ணீரில் இறங்கிவிடுவேன், நீர் சில்லென்று தெளிவாக இருக்கும். மெல்ல அமிழ்ந்து, இப்படித்தானென்று சொல்லமுடியாத வகையில், வலமும் இடமும், முன்னும் பின்னும், எழுந்தும் அமிழ்ந்தும் களைத்துப் போகும்வரை குளிப்பேன். பாரீஸ் நகர வாழ்க்கை யினால் படிந்துள்ள கசடுகளையும், அழுக்குகளையும் அலசிக் கரைப்பேன். பிறகு வெண்மணலில் அக்கடாவென்று, கை கொள்ளுமட்டும் மணலை வாரிக்கொண்டு நீட்டிப் படுப்பேன். விரல்களூடாகப் பொன்துகள்போல பொலபொலவென்று மணல் கசிவதை ரசிப்பேன். அதை நேரத்தோடு ஒத்திட்டு சிக்கலில்லாத கற்பனையில் மூழ்குவேன். அப்படியான எளிய இலகுவான கற்பனையில் மூழ்குவதும் ஒருவகையில் மகிழ்ச்சி யையே தந்தது. முன்னமே குறிப்பிட்டதுபோல அதுவொரு கோடைகாலம். கற்பனைகளும் எளிதானதாக, இலகுவானதாகத் தான் இருந்தன.

அன்றைக்கு ஆறாவது நாள். அவனை முதன் முதலாகப் பார்த்த தினம். சிறிய விளையாட்டுப் பாய்மரப் படகொன்றில் – நீரில் வேகமாய்ச் சென்றவன் எங்கள் திசையில் திருப்பிக் கொண்டு வந்தான். அவனது உடைமைகளை இறக்கிவைக்க உதவினேன். இருவரின் சிரிப்புகளுக்கிடையில், அவன் பெயர் 'சிரில்' என்று தெரிந்துகொண்டேன். சட்டக்கல்லூரி மாணவன் என்பதும், விடுமுறைக்காகத் தனது தாயுடன் அருகிலுள்ள வில்லாவொன்றில் தங்கியிருக்கிறானென்பதும் உபரி செய்திகள். அவனுடைய முகத்தில் லத்தீன் இனச் சாயல், நல்ல பழுப்பு நிறம், வெளிப்படையாகப் பேசினான். கர்சிதமான உடலில் நம்பகத்தன்மை தெரிந்தது. மொத்தத்தில் எனக்கு அவனைப் பிடித்திருந்தது. உண்மையில் கல்லூரி மாணவர்களைக் கண்டால் எனக்கு ஆகாது, அவர்கள் முரடர்கள், எந்நேரமும் தங்களைப் பற்றிய கவலையில் மூழ்கியிருப்பவர்கள். குறிப்பாக அவர்களது இளமைப்பருவம். அதுவே அவர்களது அனைத்துப் பிரச்சினை களுக்கும் ஆதாரம் மட்டுமல்ல, ஆணிவேரென்றும் நம்புகிறேன்.

ஆக இளைஞர்களையும் இளமையையும் வெறுத்தேன். பார்த்த வுடன் ஓடிவிடுவேன். அவர்களைவிடவும் நாற்பது வயது அதிகமுள்ள என் தகப்பனாரின் நண்பர்கள் பரவாயில்லை. அவர்கள் பேச்சில் ஒரு தந்தைக்குரிய கண்ணியம் உண்டு, ஒரு காதலனுக்குரிய இனிமையும் இருந்தது. மாறாக சிரில் என்னைக் கவர்ந்திருந்தான். திடகாத்திரமான வாலிபன், சில வேளைகளில் பார்க்க அழகாகவும் தெரிந்தான். அவனுடைய அந்த அழகு ஒருவகை நம்பகத்தன்மையை அவனிடத்தில் ஏற்படுத்தியிருந்தது. சில நேரங்களில் அப்பாவின் நண்பர் களென்று சில முட்டாள்களை, அவ்வப்போது சந்தித்திருக்கிறேன். அவர்களுடைய வெளித்தோற்றம் என்னைப் பாதித்திருக்கிறது, தொல்லை கொடுத்திருக்கிறது. எனது இருப்பைச் சந்தேகிக்கக் காரணமாகியிருக்கிறது. பெண்களிடத்தில் அவர்கள் குழைவது அருவருப்பை ஊட்டியிருக்கிறது. அவர்கள் மீதான கசப்பினை என் தகப்பனாரிடம் நான் வாய்திறந்ததில்லை. சந்தோஷமென்று நாமும் பொதுவாகப் பிறரிடத்தில் இதைத்தானே எதிர்பார்க் கிறோம்? எதையும், எவரையும் அடைய நினைக்கிற மனதிற்குப் பின்னே, அசாத்திய துணிச்சலும், விருப்பப்படி பிறரை ஆட்டு விக்கும் சாமர்த்தியமும், தந்திரமும், பூடகமாக நடந்துகொள்ளும் குணமும், தன்னம்பிக்கையும் அதற்கான உறுதியும் மறைந் திருக்குமென இன்றுவரை நான் நினைத்ததில்லை.

சிரில் என்னைவிட்டுப் பிரிந்து சென்றபோது, பாய்மர விளையாட்டுப் படகைச் செலுத்தும் கலையைக் கற்றுக்கொடுப்ப தாகச் சொல்லியிருந்தான். மதிய உணவிற்காக நாங்கள் தங்கி யிருந்த ‘வில்லா’வுக்குத் திரும்பியபொழுது சிரிலைப் பற்றிய சிந்தனையில் மூழ்கியிருந்ததால், அங்கு நடந்த உரையாடலில் பட்டும்படாமலும் கலந்துகொண்டேன். பேசும்போது என் தந்தையின் பதற்றத்தைக் கவனிக்க நேர்ந்திருந்தால் ஒருவேளை ஒதுங்கியே இருந்திருப்பேன். மதிய உணவிற்குப் பிறகு, எப்போதும் போல மாலையில் மேல்மாடிக்குச் சென்று சாய்வு நாற்காலியில் இளைப்பாறினோம். வானமெங்கும் நட்சத்திரங்கள் தெளிக்கப் பட்டிருந்தன. சற்றுமுன்னதாகவே உதிர்ந்து வானத்தில் தடம் பதிக்கலாம் என்பதுபோலத் தோற்றமளிக்கவே, அவற்றைப் பார்த்த வண்ணமிருந்தேன் அப்படியேதும் நடைபெறவில்லை. ஜூலை மாதத்தின் ஆரம்பகாலம் என்பதைப் புரிந்தோ என்னவோ நட்சத்திரங்கள் அசைவின்றிக் கிடந்தன. வெளி மாடியில் பரத்தியிருந்த சரளைக் கற்களுக்கிடையே சில்வண்டுகள் பாடின. அவை ஆயிரக்கணக்கில் இருக்கவேண்டும். கோடை வெப்பமும் குளிர் நிலவும் ஏற்படுத்திய போதை அவற்றை இரவு முழுக்க சத்தமிட வைத்திருந்தன. வண்டுகள் தங்கள் இறகுகளால் ஒன்றையொன்று உரசிக்கொள்வதால் எழும்

ஓசையெனவும் சொல்கிறார்கள், ஆனால் எனக்கென்னவோ பூனைகள் இனச்சேர்க்கைக் காலங்களில் குரலெழுப்புவதுபோல சில்வண்டுகளும் இயற்கையாகத் தங்கள் அடித்தொண்டை யிலிருந்து குரலெழுப்புவதாகத்தான் தோன்றுகிறது. எங்களுக்குச் சுகமாக இருந்தது. சட்டைக்கும் உடலுக்கும் இடையில் ஒட்டிக் கிடந்த குருமணல் பொய்யுறக்கத்தின் மென்மையான தாக்குதலி லிருந்து என்னைக் காப்பாற்றியது. அந்நேரம் பார்த்து அப்பா மெல்ல செருமிக்கொண்டு சாய்வு நாற்காலியிலிருந்து எழுந்து உட்கார்ந்தார்.

“ஒருத்தர் வருகையைப் பற்றி உன்னிடத்தில் சொல்ல வேண்டும்.” – அப்பா.

ஒருவித அவநம்பிக்கையுடன் கண்களை மூடினேன். பிரச்சினைகளின்றி நிம்மதியாக இருந்தோம், இனி அதற்கு வழியில்லை.

“சீக்கிரம் சொல்லுங்கள். யாரது?” எல்சா நடைமுறை வாழ்வில் அக்கறை கொண்டவள், தெரிந்துகொள்ள வேண்டு மென்கிற ஆர்வம் வேறு, குரல் உரத்து ஒலித்தது.

“ஆன்னி லார்சென்” என்று கூறிய அப்பா, எனது பக்கம் திரும்பினார்.

நான் அவரைப் பார்க்கிறேன். வியப்பின் உச்சத்தில் இருந்த தால், என்ன பேசுவதென்கிற குழப்பம்.

“விருப்பப்பட்டப் பொருள்களைச் சேகரிக்கிறேன் என்று களைத்தது போதும், விடுமுறையை எங்களோடு கழிக்கலாமே என்று அவளிடத்தில் சொன்னேன்... வருகிறாள்.”

நான் நினைத்துப் பார்க்கவில்லை. ஆன் லார்ஸன், என் அசட்டு அம்மாவுக்கு வெகு நாளைய தோழி. அப்பாவுக்கும் அவளுக்குமான உறவைப்பற்றிப் பெரிதாகச் சொல்வதற்கில்லை. இருந்தபோதிலும், இரண்டு வருடங்களுக்கு முன்பு, நான் விடுதியைவிட்டு வெளியேறி எங்கே போவதென்று தெரியாமல் இருந்தபோது, எங்கேயாகிலும் யாரிடமாகிலும் என்னை விட்டு வைக்கவேண்டும் என்ற கட்டாயத்திலிருந்த அப்பா, என்னை அவளிடம் ஒப்படைத்தார். அவளுடைய வீட்டிற்குச் சென்ற ஒருவாரத்தில், நன்கு உடுத்தவும், வாழும்வகையையும் கற்றுக் கொண்டேன். மனதில் சட்டென்று உயர்ந்து நின்றாள். வெறித் தனமாக அவளை நேசித்தேன். அந்த நேசத்தினைச் சாமர்த் தியமாக அவளுக்குத் தெரிந்த ஓர் இளைஞனுக்கென்று ஆக்கி விட்டுத் தப்பித்துக்கொண்டாள். ஆக முதன்முதலில், நேர்த்தியாய் உடுத்தவும், அலங்கரித்துக்கொள்ளவும் மட்டுமல்ல, எனது முதல் காதலுக்குங்கூட அவளே காரணமானாள். என்றென்றும்

நன்றியுடன் நினைத்துப் பார்க்கப்பட வேண்டியவள். நாற்பத் திரண்டு வயதென்றாலும் எவரையும் எளிதில் வசீகரிக்கக் கூடியவள், பலராலும் விரும்பப்படுபவள். வடிவான முக மென்றாலும், வாட்டமும் கர்வமும் அதில் இருக்கும். பிறகு எதிலும் பற்றுதலற்ற மனோபாவம். அவளிடத்தில் குறை காண்பவர்களுக்கு, இந்தக் கடைசிப் பண்பு சாதகமாக இருந்தது. அன்பிற்குரியவளாகவும் இருந்தாள், அடையமுடியாத தூரத்திலும் இருந்தாள். அடுத்தவர்க்கு அச்சமூட்டுகிற சலனமற்ற இதயம் ஒருபக்கம், எதிலும் தயக்கமின்றி ஆர்வமும் அக்கறையும் கொண்டவளாகத் தன்னை வெளிப்படுத்திக்கொள்வது இன்னொரு பக்கம். விவாகரத்து செய்துகொண்டவள், தனியாகத் தான் வாழ்ந்து வந்தாள். எங்களுக்குத் தெரிந்து அவளுக்கு காதலன் என்று எவருமில்லை. தவிர அவளுடைய நண்பர்கள் மத்தியில் எங்களுக்குப் பழக்கமுமில்லை. அவளுடைய நண்பர் களும் உறவினர்களும் கண்ணியமானவர்கள், புத்திசாலிகள், அமைதியானவர்கள். எங்கள் மனிதர்கள் அதற்கு நேரெதிர். அவர்கள் ஆர்ப்பரிக்கிறவர்கள், அயோக்கியர்கள். அப்பாவுக்கு ஒருவர் பார்ப்பதற்கு லட்சணமாகவும் வேடிக்கை மனிதர் களாகவும் இருந்தால் போதும். அப்படித்தான் எங்கள் நண்பர்களுமிருந்தனர். அப்பாவும் நானும் இப்படி உல்லாசம், பொழுதுபோக்கு, வேடிக்கைப் பேச்சு என்றிருப்பதைப் பார்த்து, எனக்கென்னவோ அவள் கொஞ்சம் எச்சரிக்கையாகவே எங்களிடத்தில் பழகியதாக நினைக்கிறேன். தவிர எதிலும் மிதமிஞ்சிப் போய்விடக்கூடாதென்பதும் அவளது கொள்கை யென்பதால், இதில் ஆச்சரியப்பட ஒன்றுமில்லை. அப்பா விளம்பரத்துறையிலும், அவள் ஆடைகள் வடிவமைப்பிலும் இருந்தனர். அம்மாமீதான எனது நினைவுகள்; அவள் என்னைக் கொஞ்சம் கடுமையாக நடத்தியபோதும் அவளிடத்தில் எனக் கிருந்த மயக்கத்தினால் நானாக அவளைத் தேடிச்சென்றது ஆகியவை இரு துருவமாகவிருந்த எங்களை ஒன்றுசேர்த்தது. எல்சா எங்களோடு தங்கியிருப்பதையும், படிப்பு சம்பந்தமான விஷயங்களில் ஆன்னிக்கு உள்ள அபிப்பிராயங்களையும் கணக்கிற்கொண்டால், அவளது திடீர் வருகைக்கு இது உகந்த நேரமல்ல என்றுதான் சொல்லவேண்டும்.

ஆன்னியைக் குறித்து அடுக்கடுக்காய் கேள்விகள் கேட்ட பின் படுப்பதற்காக எல்சா மாடிக்குச் சென்றாள். நான் மாத்திரம் அப்பாவுடன் தனித்துவிடப்பட, அவர் காலருகே படிகளில் வந்தமர்ந்தேன். அவர் குனிந்து தனது இரு கைகளையும் எனது தோளில் போட்டார்:

"செல்லம்... என்ன நடந்தது? அநியாயத்திற்கு இளைத் திருக்கிறாய்? வீட்டில் வைத்து வளர்க்கமுடியாத புலிக்குட்டி

மாதிரி. எனது ஆசையெல்லாம் என்ன தெரியுமா? என் மகள் பொன்னிறக் கூந்தலும் பீங்கான்போன்ற கண்களும் கொண்டு, அழகா, திடகாத்திரமா . . .”

“இப்போது பிரச்சினை அதுவல்ல. எதற்காக ஆன்னியை அழைத்தீர்கள்? அதற்கேன் அவள் சம்மதிக்கவேண்டும்?”

“உன் வயதான தகப்பனாரைப் பார்ப்பதற்காக இருக்கலாம். யாருக்குத் தெரியும்?”

“ஆன்னிக்கு ஏற்ற மனிதர் நீங்கள் இல்லை. அவள் புத்திசாலி மட்டுமல்ல, மரியாதைக்கும் உரியவள். பிறகு எல்சாவென்கிற பெண்ணொருத்தி இங்கே உங்களுடன் இருப்பது நினைவில் இருக்கிறதா, இல்லையா? ஆன்னிக்கும் எல்சாவுக்கும் இடையிலான உரையாடலை உங்களால் கற்பனைசெய்து பார்க்க முடிகிறதா என்ன? எனக்குப் பயமாக இருக்கிறது.”

“ஆமாம், செல்லம் . . . அதைப்பற்றி யோசிக்கவில்லை. பாரீஸுக்கு நாம் திரும்பியதும் நடக்கவிருப்பதை நினைத்தால் கவலையாகத்தான் இருக்கிறது.”

மெல்லச் சிரித்தபடி, என் கழுத்தைத் தடவிக்கொடுத்தார். நான் திரும்பி அவரைப் பார்த்தேன். இருண்ட அவரது கண்களில் ஒளி, இரைப்பைக்குக் கீழே விநோதமான சுருக்கங்கள், வாய் சின்னதாய்க் குவிந்து மேலே உயர, சட்டென்று ஒரு விலங்கு போலத் தெரிந்தார். அவர் சிக்கலைத் தேடிக்கொள்கிற போதெல்லாம் அவரோடு சேர்ந்து சிரிக்கும் வழக்கப்படி, அப்போதும் சிரித்துவைத்தேன்.

“எனது எல்லாக் காரியங்களுக்கும் நீதான் துணையாக இருந்திருக்கிறாய், எதை நான் தனியே செய்திருக்கிறேன்?”

அவர் சொன்னது எனக்கு நிறைவாக இருந்தது. கேட்பதற்கு மகிழ்ச்சியாகவும் இருந்தது. ஆனால் தற்போதைக்கு அவருக்கு நேரம் சரியில்லையென என்னால் யூகிக்க முடிந்தது. இரவு, காதலைக்குறித்தும், அதனால் ஏற்படுகிற பிரச்சினைகள் குறித்தும் வெகுநேரம் பேசிக்கொண்டிருந்தோம். அப்பாவைப் பொறுத்த வரையில் அனைத்துமே கற்பனைகள். ஆண் பெண் உறவுகளில், கடமை, விசுவாசம், நம்பிக்கை என்கிற வார்த்தைகளில் தனக்கு உடன்பாடில்லை என்றார். அவை அர்த்தமற்றவை மட்டுமல்ல, ஒருதலைப்பட்சமானதுங்கூட என்ற விளக்கம் வேறு. அவரன்றி வேறொரு மனிதர் கூறியிருந்தால் நான் அதிர்ச்சியடைந்திருப்பேன். இப்படியெல்லாம் பேசினபோதிலும், அவரது காதல் செயல்பாடுகளில் நேசமும் அளவிடற்கரிய ஈடுபாடும் விலக்கப்பட்டதல்ல என்பதையும் நான் அறிவேன். அவரது

அபிப்ராயங்கள் நிரந்தரமானவையல்ல, தற்காலிகமானதென்றும் எனக்குத் தெரியும். காதலைக் குறித்து அவர் கொண்டிருந்த மனப்பான்மை, அதாவது சட்டென்று காதல் கொள்வதும், அதனை முரட்டுத்தனமாகக் கையாண்டு, விலகி வேறொன்றில் மனதைச் செலுத்துவதும், என்னைப் பெரிதும் ஈர்த்தது. நம்பிக்கை, விசுவாசம் போன்ற சொற்கள்மீது அக்கறை கொள்ளவேண்டிய வயதில் நானும் இல்லை. காதலைக் குறித்த எனது ஞானமும் சொற்பமானதுதான். அவை சந்திப்பு, முத்தங்கள், கலவி, பின்னர் சலிப்பு என்கிற சொற்களுக்குச் சொந்தமானவை.

Les Champs - Elysées – பாரீஸ் நகரத்தின் மத்தியில் அமைந்துள்ள புகழ்பெற்ற கவர்ச்சிகரமான சாலை. திரை அரங்குகள், காபி பார்கள், உலகில் மிகப் பிரசித்திபெற்ற ஆடம்பரப்பொருள் களுக்கான பிரத்தியேகக் கடைகள் நிறைந்த இடம். பாரீஸ் நகரை அடையாளப்படுத்தக்கூடிய இடங்களில் ஒன்று.

'Don Juan' - Tirso de molina என்ற ஸ்பானிய நாடக ஆசிரியரால் பதினேழாம் நூற்றாண்டில் *The Playboy of Séville and Guest of Ston* என்கிற நாடகத்தில் அறிமுகப்படுத்தப்பட்ட நாயகன். ஒரு மைனர். ஸ்த்ரீலோலன். ஐரோப்பிய எழுத்தாளர்களில் பலரும் இவனை மையமாகவைத்து நிறைய எழுதியிருக்கிறார்கள்.

2

எப்படியும் ஒரு வாரத்திற்கு முன்பாக ஆன்னி இங்கு வரப்போவதில்லை, எஞ்சியிருக்கும் நாட்களை உண்மையான விடுமுறையாக அனுபவித்துக் கொண்டிருந்தேன். இரண்டு மாதங்களுக்கு 'வில்லா'வை வாடகைக்கு எடுத்திருப்பதும் உண்மை. எனினும் ஆன்னி வருகைக்குப் பிறகு, அக்கடாவென்று விடுமுறையை அனுபவிக்க இயலாது. எதற்கும் காரண காரியம் கற்பிப்பவள், பார்ப்பவள். சொற்களும் அதற்கு விதிவிலக்கல்ல. அப்பாவும் நானும் அவள் அளவிற்குக் கவனமெடுத்து உரையாடுவதில்லை. நல்ல ரசனைகளுக்கென்றும், இனிமையாகப் பழகுவதற்கென்றும் சில நெறிமுறைகளை வைத்திருப்பவள் என்பதால், சட்டென்று அவள் ஒதுங்கிக்கொள்வதையும் மனம் நொந்து மௌனம் சாதிப்பதையும், தனது உணர்வுகளை மறைக்க முயல்வதையும் தடுக்க முடிவதில்லை. உணர்ச்சிகளின் கொந்தளிப்பும் அலுப்பும் அவமானமும் ஏற்படுத்திய விளைவுகள் அவையென உணர்கிறபோது, அவளது செய்கைக்கான காரணம் புரியும்.

அந்த நாளும் வந்தது. அப்பாவும் எல்சாவும் ப்ரேழுய் ரயில் நிலையத்திற்குச் சென்று காத்திருப்பதென்று முடிவெடுத்தார்கள். எனக்கு அதுபோன்ற அனுபவங்கள் ஒத்துவராதென்பதால் திட்டவட்டமாக மறுத்துவிட்டேன். ஏமாற்றத்துடன் வேறுவழியின்றி, தோட்டத்தில் மலர்ந்து கிடந்த ஒருவகை நாணற்பூக்களை, ரயிலிலிருந்து ஆன்னி இறங்கியவுடன் கொடுத்து வரவேற்கும் எண்ணத்துடன் அப்பா பறித்துக்கொண்டார். பூங்கொத்தை எல்சாவிடம் கொடுத்துவிடாதீர்கள், நீங்களே எடுத்துச் செல்லுங்கள் என்று எச்சரித்தேன். அவர்கள் புறப்பட்டுச் சென்ற பிறகு, மூன்றுமணி அளவில் கடற்கரைக்குச் சென்றேன்.

கடுமையான வெயில். மணலில் நீட்டிப்படுத்துக் கண்ணயர்ந்த நேரம், சிரிலுடைய குரல் என்னை எழுப்பியது. கண்திறந்து பார்த்தேன். தகிக்கும் சூரிய ஒளியில் வானம் வெள்ளைவெளேர் என்றிருந்தது. அமைதியாக இருந்தேன். எனக்கு சிரிலிடம் பேசும் எண்ணமில்லை. அவனென்று இல்லை, வேறு எவராக இருந்தாலும் பேசியிருக்கமாட்டேன். கோடையின் அத்தனை பலமும் என்மீது பிரயோகிக்கப்பட்டிருக்க, கனத்த கைகளும் உலர்ந்த வாயுமாக மணலில் அழுந்தப் படுத்துக்கிடந்தேன்.

"என்ன . . . உயிரோடுதானே இருக்கிறாய்? தூரத்திலிருந்து பார்க்க ஏதோ தீண்டுவாரற்ற கூளம்போலக் கிடந்தாய்." – சிரில்.

மெல்லச் சிரித்துவைத்தேன். எனதுபக்கமாக வந்து அமர்ந் தான். எனது தோளில் அவனது கை படர, காதுகள் செவிடா குமளவிற்கு இதயம் படபடக்கிறது. கடந்த வாரத்தில் சரியாகப் பத்துமுறை படகை நன்றாகக் கையாண்டிருந்தான், ஆழ்கடலில் அந்நேரங்களில், நாங்கள் ஒருவரோடொருவர் பின்னிக் கொள்ளும்படி நேரிட்டபோதும், மனது சஞ்சலப்பட்டதில்லை. இன்றைக்கு, மெல்ல மெல்ல நான் உடைந்துபோவதற்கு, இந்த வெப்பமும் பொய்த்தூக்கமும், அசட்டுத்தனமான சிலசேட்டை களும் போதும் போலிருக்கிறது. அவன் பக்கமாகத் தலையைத் திருப்பினேன். என்னை நேரிட்டுப் பார்த்தான். அவன் நோட்ட மிட்டேன். நிதானம், அமைதி, அவன் வயதுக்கு இயற்கைக்கு மாறாக அநியாயத்திற்கு நல்லபிள்ளையாக இருந்தான். அதனால் தானோ என்னவோ எங்களுடைய நிலைமை – அதாவது வித்தி யாசமான மூவரைக் கொண்ட எங்கள் குடும்பம் – அவனுக்கு அதிர்ச்சியூட்டி இருக்கவேண்டும். என்னுடைய தந்தையைப பார்க்கிற போதெல்லாம் வெறுப்புடன் பார்ப்பான், முகத்தைத் திருப்பிக்கொள்வான். அவனிடத்திலிருந்த நல்ல குணங்களும், கூச்ச சுபாவமும் அவ்வுண்மையை என்னிடத்தில் மறைத்திருக் கின்றன. அவனது செய்கையை எண்ணி நான் மனம் வருந்த வேண்டுமென அவன் விரும்பியபோதும் அலட்சியத்துடனேயே இருந்துவந்தேன். ஆனால் அன்றைய தினம், அந்தக் கணத்தில் என்னைச் சஞ்சலப்படுத்தியது என்று ஒன்றைக் குறிப்பிட வேண்டுமென்றால், அவன் என்னைப் பார்த்த பார்வையைத் தான் சொல்லவேண்டும். அதனால் எனது இதயம் துடித்ததைச் சொல்லவேண்டும். என்மீது படிந்தான். அவனது அண்மை, வாரத்தின் இறுதி நாட்களில் எதிர்பார்த்திருந்த எனது சந்தோஷத் தையும், நம்பிக்கையையும், நிம்மதியையும் திருப்பித் தந்தது. சற்றே தடித்தும் அகன்றுமிருந்த அவனது வாய் என்னை நெருங்கி வர, மனதில் கலக்கம்.

"சிரில், இதுவரை நாம் மிகச் சந்தோஷமாகவே இருந்தோம், அதை . . ."

மெல்ல முத்தமிட்டான். வானத்தைப் பார்த்தேன். இறுக மூடிய எனது கண்ணிமைகளுக்குக் கீழே, எங்கும் சிவந்து பிரகாசிக்கும் ஒளியன்றி வேறேதும் காட்சியிலில்லை. எனது உடலில் தகிப்பு, இன்பக் கிறுகிறுப்பு, முதல் முத்தத்தின் இனிமை, நேரமெடுத்துக்கொள்கிற பெருமூச்சுகள். . .

ஹார்ன் சத்தம் கேட்டு, திருடர்களைப்போலப் பதற்றத் துடன் விலகிக்கொண்டோம். சிரிலிடம் சொல்லிக்கொள்ளா மலேயே, எங்கள் இருப்பிடத்தை நோக்கி நடந்தேன். அத்தனைச் சீக்கிரம் திரும்பியிருப்பார்களென்று நினைக்கவில்லை, ஆதலால் வியப்பு. ஆன்னியின் ரயில் இதற்குள் வந்து சேர்ந்திருக்காது. எனினும் பால்கனியில் நின்றிருப்பது அவள்தான். சொந்த காரில் வந்திருக்கவேண்டும்.

"செசில்! உனது உடல் நல்ல பழுப்பு நிறத்திற்கு வந்திருக் கிறது. உங்களை எல்லாம் மீண்டும் சந்திப்பதில் எனக்கு எத்தனை மகிழ்ச்சி தெரியுமா?"

"எனக்கும் மகிழ்ச்சிதான். பாரீஸிலிருந்தா வருகிறீர்கள்?"

"விரும்பித்தான் காரில் பயணம் மேற்கொண்டேன். நீண்ட தூர பயணமில்லையா, உடலெங்கும் வலி."

அவளுக்கென ஒதுக்கப்பட்டிருந்த அறைக்கு அழைத்துப் போனேன். சிரிலின் படகும் கண்ணில் படுமென்கிற நம்பிக் கையில் சன்னலைத் திறந்தேன், காணவில்லை. ஆன்னி கட்டிலில் அமர்ந்தாள். அவள் கண்களைச்சுற்றிலும் கருவளையங்கள்.

"இந்த வீடு மிகவும் அருமை." நீண்டதொரு பெருமூச்சு. பிறகு, "உடையவரை எங்கே காணோம்?"

"உங்களைத் தேடித்தான் எல்சாவுடன் ஸ்டேஷனுக்குச் சென்றார்."

அவளுடைய பெட்டியை நாற்காலி ஒன்றின்மீது வைத்து விட்டுத் திரும்பிய எனக்கு அதிர்ச்சி. அவளது முகம் சட்டென்று மாறிப்போனது, அதரங்கள் நடுங்கின.

"எல்சாவா? எல்சா மக்கென்பூரை இங்கே அழைத்து வந்திருக்கிறாரா என்ன?"

எனக்கு என்ன பதில் சொல்வதென்று தெரியவில்லை. அவளைப் பார்த்தேன். அதிர்ச்சியில் உறைந்துபோனேன். அமைதியும் தன்னம்பிக்கையும் கொண்ட நானறிந்த முகம், வியப்பிலாழ்த்தியது. சற்றுமுன்பு, நான் சொன்ன சொற்கள்

தீட்டியிருந்த சித்திரங்களூடாக என்னை நிறுத்தினாள், பார்த்தாள், பிறகு தலையைத் திருப்பிக்கொண்டாள்.

"உங்களுக்கு முன்னமேயே தெரிவித்திருக்கவேண்டும், என்ன செய்வது? அவசரமாகப் புறப்பட வேண்டியிருந்தது அலைச்சல் வேறு . . ."

"பிறகு இப்பொழுது . . ." – எந்திரத்தனமாகத் தொடர்ந்தேன்.

"இப்பொழுதென்றால்?" – ஆன்னி.

எனது பதிலை எதிர்பார்ப்பதுபோலப் பார்வை, ஒருவித அலட்சியம். பிறகு அமைதியானாள்.

"அதாவது, இப்பொழுது நீங்களும் வந்திருக்கிறீர்கள்" – எனது கையிரண்டையும் தேய்த்தபடி, அசட்டுத்தனத்துடன் உளறிவைத்தேன். "உண்மையில் நீங்கள் வந்திருப்பதால், எனக்கு மகிழ்ச்சி, எதற்கென்பது உங்களுக்கும் தெரியும், சொல்ல வேண்டுமா என்ன? சரி சரி . . . கீழே உங்களுக்காகக் காத் திருக்கிறேன். ஏதாவது குடிக்கவேண்டுமென்று தோன்றினால். இறங்கி வாருங்கள். மினி பாரில் எல்லாம் இருக்கின்றன."

சங்கடத்துடன் அவளது அறையைவிட்டு வெளியே வந்தேன். மாடிப்படிகளில் இறங்கும்போது, பலவிதமான சிந்தனைகளால் நிறைய குழப்பங்கள். எதனால் அவளது முகம் அப்படிப் போனது? குரலில் ஏன் இத்தனைத் தடுமாற்றம், இத்தனைச் சோர்வு எங்கிருந்து வந்தது? சாய்வு நாற்காலியொன்றில் அமர்ந்தேன். கண்களை மூடினேன். நானறிந்த ஆன்னியின் கடுமையான, நம்பிக்கைதரும் எல்லா முகங்களையும் நினைவில் கொண்டுவந்தேன். ஏளனம், கவலையின்மை, அதிகாரம் என்று வரிசையில் நின்றன. எளிதில் பாதிப்புக்குள்ளாகிற அவளது முகங்களின் குணங்களை அறியநேர்ந்ததால், ஒருபுறம் கலக்கம், இன்னொருபுறம் கோபம். என் தந்தையை விரும்பினாளா? அவரைக் காதலிக்கக்கூட அவளால் முடியுமா? அவரிடத்தில், அவள் விரும்பத்தகுந்த குணங்களென்று ஏதுமில்லையே. அவர் பலவீனமானவர், கவலைகளற்ற ஆசாமி. சில வேளைகளில் எளிதில் மனம் தளர்ந்து போகக்கூடியவர். அப்படியிருக்க அவர்மீது இவளுக்குக் காதல் வருமென்றால் எப்படி நம்புவது? ஒருவேளை பயணக் களைப்பினால், முகம் அப்படிச் சோர்ந்தது போலத் தெரிந்ததோ? அல்லது அப்படியே ஏதேனுமிருந்து மனதளவில் காயப்பட்டிருப்பாளோ? முடிவுக்குவர இயலாமல் ஒருமணி நேரத்திற்கு மேலாகத் தவித்தேன்.

எல்சாவுடன் அப்பா வீட்டிற்குத் திரும்பும்போது மாலை மணி ஐந்தாகியிருந்தது. அவர் காரிலிருந்து இறங்குவதைப் பார்த்தேன். ஆன்னி, இவரைக் காதலிப்பதற்கான சாத்தியங்

◆ 20 ◆ பிரான்சுவாஸ் சகன்

களுண்டா? மனதிற்குள் கேட்டுப்பார்த்தேன். பின்புறமாகத் தலையை வெட்டிச் சாய்த்தபடி, வேகமாய், சிரித்தவாறு வந்தார். வேறொருத்தியால் இந்த மனிதரை நேசிக்கமுடியுமெனில், ஆன்னி அவரை நேசிப்பதற்கான சாத்தியங்களும் அதிகமென்றே தோன்றியது.

"ஆன்னி அங்கே இல்லை?" உரத்த குரலில் அப்பா கேட்கிறார். நல்லவேளை ஆன்னி எதிர்ப்படவில்லை.

"அவளது அறையிலிருக்கிறாள். காரில் வந்திருந்தாள்."

"உண்மையாகவா? நல்லதாப் போச்சு!" "மேலே சென்று கையில் வைத்திருக்கிற பூங்கொத்தை கொடுக்கவேண்டியது தான் பாக்கி".

"எனக்காகவா பூங்கொத்து? மிக்க நன்றி" என்றபடி ஆன்னி மாடியிலிருந்து சிரித்தமுகத்துடன் இறங்கிக்கொண்டிருந்தாள், சற்றுமுன்னர் முகத்தில் தெரிந்த வாட்டம் இப்போதில்லை. அணிந்திருந்த நெடுஞ்சட்டையில் பயணம் செய்ததற்கான அடையாளம் ஏதுமில்லை. கொஞ்சம் முன்கூட்டியே இறங்கி வந்து என்னிடத்தில் சிறிதுநேரம் பேசியிருக்கலாம். அதனை விடுத்து கார் சத்தம் கேட்ட பிறகு இறங்கிவந்ததை நினைக்க, அவள்மீது எனக்கு சற்று வருத்தம். அப்படி வந்திருந்தால், நடந்து முடிந்த தேர்வில் நான் கோட்டை விட்டதைக் குறித்துச் சொல்லவேண்டி இருந்திருக்கும். பரவாயில்லை, அந்த வகையில் ஓர் ஆறுதல்.

வேகமாய் அவளை நெருங்கிய அப்பா, கையைப் பற்றி முத்தமிட்டார்.

"கால் மணிநேரத்திற்குக் கூடுதலாக பிளாட்பாரத்தில், கையில் பூங்கொத்துடனும், உதட்டில் அசட்டுச் சிரிப்புடனும் காத்திருந்தேன். கடவுளே! கடைசியில் நீ இங்கிருக்கிறாய்! எல்சா மகென்பூரை உனக்குத் தெரியுமில்லையா?"

அடுத்து என்ன நடக்குமென்று தெரியும். அவர்களைப் பார்ப்பதைத் தவிர்த்தேன்.

"நாங்களிருவரும் ஏற்கனவே சந்தித்திருக்க வேண்டுமென்றே நினைக்கிறேன்" ஆன்னியின் பதிலில் கனிவு இருந்தது. "எனக்கென்று ஒதுக்கிய அறை அருமை. விடுமுறையை உங்களோடு கழிக்கவென்று அழைப்பு விடுத்ததற்காக, ரெமோன், உனக்கு மிகவும் நன்றி. நீண்ட தூரம் காரில் வந்தேனில்லையா... அசதியாகயிருக்கிறது."

அப்பா செருமிக்கொண்டார். அப்பாவுக்கு எல்லாம் நல்லபடி நடக்கிறதென்கிற எண்ணம். வார்த்தைகளை அளந்து

பேசினார். போத்தல்கள் திறக்கப்பட்டன. சிரில்லுடைய தாபத்துடனான முகம், ஆன்னியின் முகம், கடுகடுப்புடன் இரண்டு முகங்களென ஒன்றுமாற்றியொன்று அடுத்தடுத்து மனதில் வந்துபோனது. அப்பா எதிர்பார்ப்பதுபோல இக்கோடை விடுமுறை எந்தவிதச் சிக்கலுமின்றி முடியுமா? என்னை நானே கேட்டுக்கொண்டேன்.

நாங்கள் அனைவரும், முதன்முறையாக உணவுகொள்ள ஒன்றாக உட்கார்ந்தபோது மகிழ்ச்சிக்குக் குறைவில்லை. அப்பாவும் ஆன்னியும் தங்கள் இருவருக்கும் இடையேயான பொதுவிஷயங்கள் குறித்துப் பேசிக்கொண்டிருந்தார்கள். அவை அரிதானவை என்கிறபோதிலும், உயர்வானவை, வண்ணமயமானவை. அவர்களது உரையாடலைச் சுவாரசியமாகக் கேட்டுக்கொண்டிருந்தேன். ஆன்னி என் தந்தையின் கூட்டாளி ஒருவரைப்பற்றிக் குறிப்பிட்டபோது, அந்த நபர் ஓர் அரைவேக்காடு என்றாள். அவள் யாரைப்பற்றிப் பேசுகிறாள் என்று எனக்குத் தெரியும். அவர் ஒன்றும் தப்பான ஆசாமியல்ல. மது அருந்தும் பழக்கம் கொஞ்சம் அதிகம். அவரோடு சேர்ந்து, நானும் அப்பாவும் பலமுறை விருந்து சாப்பிட்டிருக்கிறோம். சுலபத்தில் மறக்கமுடியாதவை.

ஆன்னியின் அபிப்பிராயத்தை மறுப்பது அவசியமாயிற்று.

"ஆன்னி!... லொம்பார்து ஒரு வேடிக்கையான நபர். அவரோடு இருந்தால் நேரம் போவதே தெரியாது. மற்றபடி பெரிதாக ஒன்றும் சொல்வதற்கில்லை..." என்றேன்.

"ஆக அவரைப்பற்றிப் பெரிதாகச் சொல்வதற்கு ஒன்றுமில்லை என்பதை, அப்பாவும் பெண்ணும் ஒத்துக்கொள்கிறீர்கள். அவரது நகைச்சுவை உணர்வுகூட ஒருவகையில்..."

"ஒருவேளை நாம் எதிர்பார்க்கிற குறைந்தபட்ச அறிவுள்ள மனிதராக அவர் இல்லாமலிருக்கலாம்..." எனது வாக்கியத்தை முடிக்கும் முன்பாகக் குறுக்கிட்டாள். முகத்தில் முந்தைய ஏளனமில்லை. கொஞ்சம் இறங்கிவந்திருந்தாள்.

"குறைந்தபட்ச அறிவென்பது வேறொன்றுமில்லை, வயது சம்பந்தப்பட்டது. வயதுக்குத் தகுந்த புத்தியோடு மனிதர்கள் நடந்துகொள்ளவேண்டும்."

இரத்தினச் சுருக்கமாகவும், தெளிவாகவும் அவள் கூறியது என்னை மகிழ்வித்தது, அவள் பேசுகிற சொற்களை முழுவதுமாக நான் கிரகிப்பதில்லையென்றாலும், சிலசமயங்களில் படித்த மேதைகள் மத்தியில் பேசிக்கொண்டிருக்கிற எண்ணத்தை அவை தரும், பேச்சில் ஆழமும் கூர்மையும் இருக்கும். சுலபமாய்

என்னை அடிமைகொள்ளும். இதற்காகவே குறிப்பேடும் எழுதுகோலும் கண்டிப்பாய் கைவசம் இருக்கவேண்டுமென நினைப்பதுண்டு. அன்றைக்கும், அப்படியான எண்ணம் உதிக்க, அதனை ஆன்னியிடம் தெரிவித்தேன். எனது தகப்பனார் வெடித்துக்கொண்டு சிரித்தார்:

"உனக்கொன்றும் அவள் மீது பொறாமை இல்லையே?"

அவள்மீது பொறாமைகொள்ள என்னால் முடியாது, ஆன்னி தப்பானவள் அல்ல. தீர ஆராய்ந்தே முடிவுக்கு வரக் கூடியவள், என்ன, அவளது தீர்ப்பில் தெளிவில்லை என்பது ஒரு குறை. அக்குறையே என்னைப் பெரிதும் வருந்தச் செய்தன.

முதல்நாள் மாலை, எல்சா வேண்டுமென்றோ அல்லது இயல்பாகவோ எனது தந்தையின் அறையில் நுழைந்ததை ஆன்னி கவனித்ததாகத் தெரியவில்லை. தனக்கென்று வைத்திருந்த பொருட்களிலிருந்து, கம்பளிச்சட்டை ஒன்றை கொண்டு வந்து என்னிடத்தில் கொடுத்தவள், நன்றி சொல்வதற்கான வாய்ப் பினை எனக்கு அளிக்கவில்லை. நன்றிகள் அவளுக்கு இடையூறாக இருந்தன. தவிர நன்றிகளை விரும்பும்வகையில் என்னால் சொல்லவும் முடிந்ததில்லை. எனவே அன்பளிப்பாய் பெற்ற கம்பளிச்சட்டைக்கு நன்றிசொல்ல முடியாமல் போனதில் வருத்தமேதுமில்லை.

"எல்சா மிகவும் நல்ல பெண்ணென்று நினைக்கிறேன்." – புறப்படவிருந்த என்னிடம் கூறினாள் ஆன்னி.

எனது கண்களை நேரிட்டுப் பார்த்தாள் முகத்தில் வழக்க மாகத் தென்படுகிற புன்னகை இல்லை. என்னிடத்தில் ஏதோ வொன்றைத் தேடுவதுபோலத் தோன்றியது, அதனை முளை யிலேயே கிள்ளிவிடவேண்டுமென்கிற எண்ணமும் இருந்தது. சற்றுமுன்பு அவள் குறிப்பிட்ட அறிவு, வயது இவற்றையெல்லாம் மறந்தவளாக, பதில் சொல்லத் துணிந்தேன்.

"ஆமாமாம். எல்லோராலும் விரும்பத்தக்கவள், இளம் வயது... அன்பாய் வேறு பழகுகிறாள்."

உண்மையைச் சொல்லவேண்டுமெனில் நான் உளறினேன். அவள் கலகலவென்று சிரித்தாள். எனக்கு எரிச்சல் வந்தது. அங்கே இருக்க விருப்பமில்லை. படுக்கச் சென்றேன். நித்திரை யின் போது, சிரிலை நினைத்துக்கொண்டேன். அநேகமாக இந்நேரம் கான் நகரத்தில் பெண்களோடு இரவு விடுதிகளில் ஆட்டம் போட்டுக்கொண்டிருப்பான்.

எனது மறதி குறித்து நினைத்துப் பார்த்தேன். அதிலும் பல முக்கியமானவை சுத்தமாக மறந்துபோகிறது: கடலின்

இருப்பு, ஓயாமல் அது எழுப்புகிற ஓசை, சூரியன் இவற்றை மறந்து விடுகிறேன். மாகாணத்து விடுதி முற்றத்திலிருந்த நான்கு எலுமிச்சை மரங்களும் அவற்றின் நறுமணமும் மறந்துபோகிறது; ரயில் நிலையத்தில் எனக்காகக் காத்திருந்த என் தகப்பனாரின் எரிச்சலூட்டிய சிரிப்பு மறந்திருந்தது; மூன்று ஆண்டுகளுக்கு முன் விடுதியிலிருந்து வெளியேறிய நேரத்தில், தலைமுடியைச் சடையாகப் பின்னித் தொங்கவிட்டிருந்ததற்காகவும், கறுப்பு வண்ணத்தில் யாராலும் சகிக்கமுடியாத சட்டை காரண மாகவும், அவர் சிரித்தார்; காரில் அமர்ந்தபொழுது கரைகாணாத மகிழ்ச்சியில் அப்பா திளைத்ததும், சட்டென்று ஒருவித எக்காளத் துடன் சத்தம்போட்டுச் சிரித்ததும் நினைவிலிருக்கிறது. எனது கண்களும் வாயும் அவரது சாயலைப் பெற்றிருந்ததற்காக அந்தச் சந்தோஷ சிரிப்பாம். இனி அவருக்கு நான் ஓர் அரிய பொருள். அதிசயமான விளையாட்டுப் பொம்மை. அவ்வாறு தான் என்னைக் கருதினார். எதைப்பற்றியும் எனக்குத் தெரியாது; அப்பாதான் அனைத்தையும் அறிமுகப்படுத்தினார். பாரீஸ் மாநகரம், உல்லாசம், சிரம மற்ற வாழ்க்கை.... அப்போதைய எனது பெரும்பான்மையான சந்தோஷங்களுக்குப் பணமே மூலகாரணமென்று நம்பினேன். மின்னல் வேகத்தில் காரில் பறந்தது, நாளுக்கொரு ஆடையில் வலம்வந்தது, பிடித்த இசைத் தட்டுகளை வாங்கமுடிந்தது, பிறகு புத்தகங்கள், பூக்கள்... எல்லாவற்றிற்குமே, பணம் பணமே மூலம். பிறருக்கு வேண்டு மானால், அந்த மகிழ்ச்சி அற்பமாகத் தோன்றலாம், எனக்கு அதில் வெட்கமில்லை. என்றேனும் ஒருநாள் இதற்காக நான் வருந்தக்கூடும், வேதனைகளிலிருந்து அல்லது விளங்கிக்கொள்ள இயலாத இந்தச் சிக்கல்களிலிருந்து விமோசனம்பெற எவரிடமாவது சொல்லி அழக்கூடும். வாழ்க்கை என்றால் இரண்டே விஷயங்கள்தான் சுவாரசியமாகத் தோன்றுகின்றன: ஒன்று, இன்பமும் அதனைச் சுகிக்கும் வகையும். மற்றொன்று, மகிழ்ச்சியும் அதனைக் கொண்டாடும் விதமும். போதிய அளவு படிப்பறிவு இல்லாதவளாக நானிருந்தது அதற்கான காரணமாக இருக்கலாம். விடுதியில் தங்கியிருந்தபோது அதிகமாக கற்றதெல்லாம் ஒழுக்கம், உண்மை போன்ற உபதேசங் களேயன்றி வேறல்ல. பாரீஸிலிருந்தபோது படிப்பதற்கு எனக்கு நேரமே போதாது: வகுப்பு முடிந்து வெளியே வந்தால், காத்திருக்கும் நண்பர்களுடன் திரைப்படங்களுக்குச் செல்வேன்; நடிகர்களின் பெயரெதுவும் எனக்குத் தெரியாதென்றால் நண்பர் கள் வியப்பார்கள். பிறகு கபேக்களில், சூரிய ஒளியில் திறந்தவெளி முற்றத்தில், கூட்டத்தில் ஒருத்தியாக சந்தோஷத்துடன் நேரத்தைப் போக்குவேன். அதற்காக எதையாவது கொண்டுவரச் செய்து பருகிக்கொண்டிருப்பேன், எனது கண்களை நேரிட்டுப் பார்க்கும் ஒருவனுடன் கைகோர்த்துக்கொண்டு எந்தக் கூட்டத்தை

நேசித்தேனோ, அதே கூட்டத்திலிருந்து விலகி அவனோடு வீடுவரை நடந்தே செல்வேன். வீட்டை நெருங்கியதும் கதவருகில், சட்டென்று என்னை அணைத்து அவன் முத்தமிடுவான்: முத்தங்களினால் கிடைக்கும் இன்பங்களைக் கண்டறிவேன். எனது நினைவில் 'அவன்'களுக்குப் பல பெயர்கள் உண்டு. எல்லா இளம் பெண்களுக்குமே தெரிந்த பெயர்கள் அவை: ழான், உபேர், ழாக் ... இரவானதும், என்னை பெரிய பெண்ணாக நினைத்துக்கொண்டு, அப்பாவுடன் புறப்பட்டுப்போவேன். சில இரவுகளில் வெறுமனே சுற்றிவர வேண்டியிருக்கும். சில இரவுகள் உல்லாசமாகவும், என் வயதுக்கேற்ற ஆட்டபாட்டங் களுடனும் கழியும். வீட்டிற்குத் திரும்பியவுடன் பெரும்பாலான நாட்களில் அப்பா என்னை மட்டும் காரிலிருந்து இறக்கிவிட்டு விட்டு, தனது பெண் சிநேகிதியுடன் கிளம்பிப் போனாரென்றால், வீட்டிற்கு எத்தனை மணிக்குத் திரும்புவாரென்று தெரியாது.

அப்பாவுடைய இம்மாதிரியான காரியங்களில் எனக்கு உடன்பாடு இருப்பது மாதிரியான பொய்யான நம்பிக்கையை ஊட்ட விருப்பமில்லை. அவரது நடவடிக்கைகள் என்னிடம் எதையும் மறைக்க விருப்பம் இல்லாததுபோலத்தான் தோன்றியது. சரியாய்ச் சொல்லவேண்டும் என்றால் அவராக, இந்தப் பெண் மணியுடன் சேர்ந்து சாப்பிடப் போகிறேன், அல்லது அந்தப் பெண்மணியின் வீட்டிற்குப் போகிறேன், அங்கேயே தங்கி விடுவேன் என்றோ (நல்லவேளை, ஒருசில நாட்களுக்கு மட்டும் தான்) தமது செய்கையை நியாயப்படுத்தும் விதத்திலோ அல்லது மறுத்தோ எதையும் சொன்னதில்லை. எது எப்படியோ, தனது விருந்தினர்களிடம் அவருக்குள்ள இம்மாதிரியான உறவுகளைத் தொடர்ந்து அலட்சியப்படுத்த முடியாத நிலைமையென்றாலும், கண்டதையும் கற்பனை செய்திட அவர் என்னை அனுமதிக் காததோடு, முடிந்த அளவு அவர்மீது நான் வைத்திருந்த நம்பிக்கைகளைச் சிதையாமல் பார்த்துக்கொண்டார். பழுதில்லாமல், அவரெண்ணப்படி எல்லாம் நடந்தன. எனது இளம்வயது மற்றும் அதன் அனுபவங்களின் விளைவாகச் சிறிதுகாலம், காதலைக் கேளிக்கைப்பொருளாக எடுத்துக் கொண்டேன். அதன் உண்மையான தாக்கத்தையும் உணர மறுத்தேன். இதற்கு அப்பாவின் காதல் விவகாரங்களிலிருந்து, நான் பெற்ற அனுபவங்களே காரணம். அப்பாவைக் குற்றம் சொல்லவேண்டுமெனில், இந்த ஒரு காரணமே போதும். "நவீன உலகில், வண்ணங்களில் எஞ்சியிருப்பது பாவம் மாத்திரமே" என்ற ஆஸ்கார் வைல்டின் மேற்கோளை இங்கே குறிப்பிட்டாகவேண்டும். அவர் கருத்தில் உடன்பட்டு, என் பங்கிற்கும் இந்த மண்ணில் பாவங்களை விட்டுச் செல்ல வேண்டும். ஒருவேளை அதைத்தான் செயல்படுத்துகிறேனோ

என்றுகூட நினைக்கிறேன். எனது வாழ்க்கை இவ்வரிகளை ஒரு நாள் பிரதிபலிக்கக்கூடும். அதனை முன்னுதாரணமாகக் கொண்டு இயங்கவும் கூடும். 'எப்பினால் சித்திரத்தின்' எதிர் மாறாய்கூட அமையலாம். இறந்த காலங்கள், அநித்யம். தினசரி வாழ்க்கையின் நல்லுணர்வுகள், அனைத்தையும் மறந்தாயிற்று. கடைசியில் அர்த்தமற்ற, கீழ்மையான வாழ்க்கைக்குக் காத் திருப்பதே இலட்சியமாயிற்று.

3

மறுநாள் காலை, கீழ்வானத்துத் தகிக்கும் கதிரொளி வெள்ளமெனப் பாய்ந்து அறையை நிரப்ப, படுத்திருந்த கட்டில் வெப்பத்திலும் ஒளியிலும் தத்தளித்தது, விழித்துக் கொண்டேன். இரவு முழுக்க என்னுடன் மல்லுக்குநின்ற பொருளற்ற அதிசயக் கனவுகளும் முடிவுக்கு வந்தன. தூக்கக் கலக்கத்துடன் முகத்தில் படிந்திருந்த வெக்கையை, கைகொண்டு வழித்தெறிய முயன்று தோற்றேன். காலை மணி பத்து. பைஜாமா உடையில் பால்கனிக்கு இறங்கி வந்தேன். ஆன்னி தினசரியொன்றைப் புரட்டிக்கொண் டிருந்தாள். முகத்தில் அளவாய், அழகாய் ஒப்பனை. எல்லோரையும் போல விடுமுறையை விடுமுறையாகக் கழிக்கும் பெண்மணியல்ல அவள். அவளது கவனம் முழுக்கச் செய்தித்தாளிலிருக்க, நான் ஒரு கோப்பை காப்பியும், ஆரஞ்சுப் பழமுமாக, படியில் அமர்ந்து காலைப்பொழுதின் இனிமையை மெல்ல ருசிக்கத் தொடங்கினேன். ஆரஞ்சு பழத்தை வாய்கொள்ளக் கடித்தேன் பீறிட்ட இனிய சாறு வாயை நிரப்பியது. ஒரு மிடறு காப்பியைச் சூடாக விழுங்கினேன் அச் சூட்டினைத் தணிப்பதுபோல மீண்டும் வாய்நிறைய ஆரஞ்சு. அதிகாலைச் சூரியனால் எனது தலை கொதித்தது. போர்வை உடலில் ஏற்படுத்தியிருந்த சுவடு களை வெப்பம் நீவிக்கொண்டிருந்தது. இன்னும் ஐந்து நிமிடத்திற்குள் குளிப்பதற்கு இறங்கவேண்டுமென்று நினைக்கையில், ஆன்னியின் குரல் திடுக்கிடவைத்தது.

"செசில், நீ காலையில் எதுவும் சாப்பிடுவதில்லையா?"

"இல்லை, காலை வேளைகளில் எதையாவது குடிப்ப தோடு சரி."

"கண்ணுக்கு அழகாக இருப்பதற்கு, எடையில் மூன்று கிலோவைக் கூட்டுவது அவசியம். கன்னத்தில் குழிவிழுந்து, எலும்புகள் துருத்திக்கொண்டு பார்க்கச் சகிக்கவில்லை. ரொட்டி யிருந்தால் அதில் வெண்ணெய், ஜாம் தடவிச் சாப்பிடு."

உணவு விஷயத்தில் வற்புறுத்தவேண்டாமென்று நான் கெஞ்ச, அவளோ, காலைவேளையில் வெறும் வயிற்றோடு இருக்கக்கூடாது என்கிறாள். அச்சமயம், அப்பா தனது ஆடம்பரமான புள்ளிபோட்ட டிரெஸ்சிங் கவுனில் அங்கு வந்தார்.

"அடடா... இதமான காலை வெயில் உடல் நிறத்தைப் போதுமான அளவு குறைத்துக்கொண்டு அழகாய் இரண்டு இளம்பெண்கள் ரொட்டி வெண்ணெய் ஜாமென்று பேசிக் கொண்டிருப்பது உண்மையில் கண்கொள்ளாக் காட்சி."

"ரெமோன்! இங்கே இளம்பெண்ணென்றால் செசில் ஒருத்திதான். எனக்கு உங்கள் வயது."

அப்பா குனிந்து அவள் கைகளிரண்டையும் தமது கைகளில் வாங்கிக்கொண்டார் "கடுகடுவென்றிருப்பதை எப்போது நிறுத்தப்போகிறாயோ?" என்றார். பொய்க்கோபமும், கொஞ்சலும் சமவிகிதத்திலிருந்தன. எதிர்பாராமல் உடல் தீண்டப்பட்டது போல, ஆன்னியின் இமைகளிரண்டும் துடிப்பதைக் கவனித்தேன்.

இதுதான் சரியான நேரமென்று தீர்மானித்தவளாய், அங்கிருந்து தப்பித்தேன். மாடிப்படிகளில் ஏறியபொழுது, எல்சா எதிர்ப்பட்டாள். நித்திரை கலைந்து எழுந்துவருகிறாள் என்பது பார்த்தவுடன் புரிந்தது. விழிகளில் வீக்கம். அதரங்கள் வெளுத்திருக்க, கடுமையான வெயிலில் படுத்துப்படுத்து உடலும் மோசமாகக் கன்றியிருந்தது. கீழே இறங்கவிருந்தவளைத் தடுத்து நிறுத்தியிருக்கவேண்டும். ஆன்னி முகத்தைக் கவனமாகத் திருத்திக் கொண்டு, அளவான ஒப்பனையுடன் இருப்பதையும், உடலைச் சேதப்படுத்திக்கொள்ளாமல், சூரிய ஒளியைப் பயன்படுத்தும் அவளது சாதுரியத்தையும் சொல்லி, எல்சாவை எச்சரிக்க வேண்டுமென்று நினைத்தேன். ஆனால், அவள் அதை எப்படி எடுத்துக் கொள்வாளோ? எல்சாவுக்கு இருபத்தொன்பது வயது. ஆன்னியைவிட பதின்மூன்று வயது இளையவள். தனது உடலை அக்கறையுடன் கவனிக்கவேண்டிய அவசியமில்லை என நினைக்கலாம்.

நீச்சல் உடையை எடுத்துக்கொண்டு, கடலுக்கு ஓடினேன். சிரில், தனது படகுடன் அங்கிருப்பான் என எதிர்பார்க்கவில்லை. என்னைப் பார்த்ததும் இறங்கிவந்தான். முகத்தில் வருத்தம் தெரிந்தது. எனது கைகளிரண்டையும் பிடித்துக் கொண்டான்.

“நேற்று நான் உன்னிடம் அப்படி நடந்துகொண்டிருக்கக் கூடாது. என்னை மன்னிக்க வேண்டும்” என்றான்.

“அது என்னுடைய தப்பு” என்றேன் பதிலுக்கு.

நடந்ததைச் சுத்தமாய் மறந்திருந்தேன். உண்மையில் எவ்வித வருத்தமுமில்லை. அவனைப் பார்க்க பரிதாபமாக இருந்தது. ஏதோ அபயம் கேட்டுவந்தவனைப் போல.

“என்னை மன்னித்தேனென்று சொன்னால் நிம்மதி.” படகை நீரில் தள்ளிக்கொண்டே பேசினான்.

“எப்பொழுதோ, நான் மறந்துவிட்டேன். வேறு ஏதேனும் பேசு.”

“என்னால் மறக்க முடியவில்லை.”

இதற்குள் படகில் ஏறி இருந்தேன். நீதிமன்றதில் சாட்சிக் கூண்டைப் பிடித்துக்கொண்டு நிற்பவன்போல, சிரில் முழங்கால் அளவு தண்ணீரில், படகைப் பிடித்தபடி நின்றான். மனதிலிருப் பதைச் சொல்லிமுடிக்காமல் படகில் ஏறமாட்டானென்று தோன்றியது. எனது முழுக்கவனமும் அவன்மீதிருந்தது. கடந்த சில தினங்களில் அவன் மனதை ஓரளவு படித்திருந்தேன். அடுத்தது என்ன நடக்குமென்றும் தெரியும். தனது இருபத்தைந்து வயது இளமைக்கு, பிறரைக் கவரக்கூடிய வல்லமையுண்டென்று நம்பிக்கொண்டிருக்கிறான். கடவுளே! வாய்விட்டுச் சிரித்தேன்.

“சிரிக்காதே. நேற்று, ஏதோவொரு தீர்மானத்தோடுதான் நெருங்கினேன் என்பது உனக்குத் தெரியும். அப்படி ஏதேனும் நடந்திருந்தால், எந்தச் சக்தியாலும் உன்னை என்னிடமிருந்து காப்பாற்றி இருக்க முடியாது, அது உனது அப்பாவாக இருக் கட்டும், அந்தப் பெண்மணியாக இருக்கட்டும். நானொன்றும் அவ்வளவு மோசமானவன் இல்லை என்கிறபோதும், நேற்றைக்கு அப்படித்தான் நடந்துகொண்டிருப்பேன்; அதன்பிறகு நீயும் என்னை . . .”

அவனுடைய பேச்சை வெற்றுப் பிதற்றல்களாகக் கொள் வதற்கில்லை. நல்லவனென்பதும், என்னைக் காதலிக்க அவன் தயார் நிலையிலிருப்பதும், அவனைக் காதலிக்க எனது மனமும் விழைகிறதென்பதும், நான் புரிந்துகொண்ட உண்மைகள். எனது கரங்கள்கொண்டு அவனது கழுத்தை வளைத்தேன், கன்னத்தோடு கன்னம்வைத்து . . . அவனது பரந்த தோள்களில், அவனது உரம்வாய்ந்த உடலோடு உடலாக . . .

“சிரில்! நீ மிகவும் நல்லவன்” என்று முணுமுணுத்தேன். “நீ எனக்குச் சகோதரனாகப் பிறந்திருக்க வேண்டும்.”

ஆச்சரியம் கலந்த கோபத்துடன் என்னை வளைத்துப் பிடித்தவன், படகிலிருந்து மெல்ல என்னை விடுவித்தான். இறுகத் தழுவினான். நிமிர்த்தினான். எனது தலையை தனது தோளில் வாங்கிக்கொண்ட அந்தக் கணத்தில், எனது மனதை அவனிடத்தில் முழுமையாக இழந்திருந்தேன். காலைநேரச் சூரிய ஒளியில் என்னிலும் பொன்னிறமாக, என்னிலும் மேம் பட்டவனாக, என்னிலும் மென்மையானவனாக இருந்தான். எனது உயிரின் இரட்சகனாகவும் தெரிந்தான். அவனது அதரங் கள் என்னுடையதைத் தேடிவர, அவனது உடலைப் போலவே எனது உடலிலும் அதிர்வுகள். எங்கள் முத்தப் பரிமாற்றங்களில் சஞ்சலமோ தயக்கமோ இல்லை. அவ்வப்போது நாங்கள் முனகிக்கொண்டபோதும், ஆழ்ந்த பரிசோதனையில் எங்கள் முழுக்கவனமுமிருந்தது. அவனிடமிருந்து விடுவித்துக்கொண் டேன். சற்றுத் தொலைவில் மிதந்துகொண்டிருந்த படகை நீந்தி அடைந்தேன். குளிர்ந்த நீரில் முகத்தை அமிழ்த்தினேன். இதமாக இருந்தது. பலமுறை தொடர்ந்தேன். தண்ணீர் பச்சை வண்ணத்திலிருந்தது. மனதிலிருந்த சுமைகளெல்லாம் நீங்க, அந்த இடமும் மகிழ்ச்சியில் நிறைந்திருந்தது.

மணி பதினொன்றரை சிரில் புறப்பட்டுப் போயிருந்தான். அப்பா, அவரது இரு பெண் சிநேகிதிகளை அணைத்தபடியும், அவர்கள் இருவரது கைகளையும், தமக்கேயுரிய பாணியில் மாற்றிமாற்றி நாசூக்காய் பிடித்தபடியும் நடந்துவந்தார். ஆன்னி குளியலறைத் துவாலையுடனேயே வெளியில் வந்திருந்தாள். நாங்கள் பார்த்துக்கொண்டிருக்க அவிழ்த்தவள், நீட்டிப்படுத்தாள். முகத்தில் சோர்வு தெரிந்தது. கச்சிதமான மெல்லிய உடல், அதற்கேற்ப நீண்ட வாகான கால்கள். ஆண்டுகள் பலவாக சரீரத்தின் மீது அவளுக்கிருந்த அக்கறையும் கவனிப்பும் உடல் வனப்பில் வெளிப்பட்டன. அதனை அங்கீகரித்தவளாக, எந்திரத் தனமாக, கண்கள் விரிய, பார்வையை என் தகப்பனார் பக்கமாகத் திருப்பினேன். அவளது அழகில் அக்கறையற்றுக் கண்களை மூடிக்கொண்டிருந்தார். நம்பமுடியவில்லை எல்சா உடல் முழுக்க எண்ணெய் பூசிக்கொண்டிருந்தது சகிக்கமுடிய வில்லை. இப்படியே இருந்தாளென்றால், அப்பாவுக்கு ஒரு வாரமெல்லாம் ரொம்பவும் அதிகமென்று தோன்றியது. ஆன்னி என்பக்கம் தலையைத் திருப்பினாள்.

“செசில்! இங்கே எதற்காகச் சீக்கிரம் எழுந்திருக்கிறாய்? பாரீஸில் பகல் பன்னிரண்டு வரை தூங்குவதென்பது உனக்கு வாடிக்கையாயிற்றே?”

“அங்கே வேலைகள் அதிகம், களைப்பில் தூங்கிவிடுகிறேன்.”

அவள் புன்னகைக்கவில்லை. விரும்பினாலொழிய புன்னகைப்பவளல்ல. அவள் எல்லோரையும் போல, மரியாதைக் காகப் பல்லிளிப்பதெல்லாம் அவளிடத்தில் கிடையாது.

“உன்னுடைய தேர்வு என்னவாயிற்று?”

“கோட்டை விட்டுவிட்டேன்.” பதில் சட்டென்று வெளிப் பட்டது. எனக்கேதும் அதில் வருத்தமில்லை என்பதுபோல.

“அக்டோபரில் கண்டிப்பாக எழுது.”

“எதற்காக எழுதவேண்டும்? என்னிடத்தில் எந்தப் பட்ட முமில்லை, பட்டயமுமில்லை. என்னுடைய மகிழ்ச்சிக்கென்ன குறைவா? அப்பா குறுக்கிட்டார்.

“உங்கள் நிலைமை வேறு. தொடக்கத்தில், உங்களிடத்தில் வேண்டிய அளவு பணமிருந்தது. அதனால் படிப்பு அவசிய மில்லாமல் இருந்திருக்கலாம்.”

“அதனாலென்ன? வாழ்க்கையை மகிழ்விக்கத் தெரிந்த ஆண்கள் என் மகளுக்குத் தாராளமாகக் கிடைப்பார்கள்.” அப்பாவுடைய பதிலில் ஒருவித கர்வம்.

கலகலவென்று சிரித்த எல்சா எங்கள் மூவரையும் புரிந்து கொண்டு சட்டென்று நிறுத்திக்கொண்டாள்.

“அப்படியென்றால் இந்தக் கோடை விடுமுறையை, விடு முறையாக அவள் எடுத்துக்கொள்ளக் கூடாது, தேர்வுக்குவேண்டி யவற்றைப் படிக்க வேண்டும்.” கண்களை மூடியபடி ஆன்னி கூறினாள். அவளது செய்கையில் உரையாடலை முடித்துக் கொள்ளும் எண்ணமிருந்தது.

ஏமாற்றத்துடன் அப்பாவைப் பார்த்தேன். அவர் சங்கடத் துடன் புன்னகைத்தார். மீண்டும் பெர்க்சனை கையில் சுமந்து கொண்டு வாசிப்பதுபோலவும், சிரில் என்னைக் கேலிசெய்வது போலவும் கற்பனைசெய்து பார்க்கக் கொடுமையாக இருந்தது. மணலில் மெல்ல நகர்ந்து ஆன்னி அருகில் சென்றேன். குரலைத் தாழ்த்தி அழைத்தேன். அவள் கண்திறந்து பார்த்தாள். முகத்தைப் பரிதாபமாக வைத்துக்கொண்டேன். படித்துப்படித்து அலுத்துப் போன புத்திசாலி பெண்ணாக என்னைக் காண்பித்துக்கொண்டு கெஞ்சுகிறேன்.

“ஆன்னி! வேண்டாம். மறுபடியும் புத்தகங்களைக் கையி லெடுக்கிற தண்டனையெல்லாம் வேண்டாம். கொளுத்துகிற வெயிலில் இது வேறா? . . . இந்த விடுமுறை எனக்கு நிறைய நல்லது செய்யுமென்று நம்பிக்கொண்டிருக்கிறேன், அதைக் கெடுத்துவிடாதே . . .”

வைத்தவிழி வாங்காமல் என்னையே சிறிது நேரம் பார்த்துக் கொண்டிருந்தவளின் இதழோரத்தில் மர்மமாய் ஒரு புன்னகை. பிறகு ஏதோ நினைத்தவள்போலத் தலையைத் திருப்பினாள்.

“நீ சொல்வதுபோலக் கொதிக்கும் கோடை என்றாலும் கண்டிப்பாகப் படித்தாகவேண்டும். உன்னைத் தெரியாதா? இரண்டுநாள் உனக்கு என் மீது கோபமிருக்கலாம், எப்படியும் தேர்வில் உனக்கு வெற்றிதான்.”

“சில விஷயங்களைப் பழக்கப்படுத்திக்கொள்ளக் கூடாது” என்றேன் சிரித்துக்கொண்டே.

அவளது எடுத்தெறிந்த பார்வையில் கேலியும் அலட்சியமும். நான் மீண்டும் மணலில் படுத்துக்கொண்டேன். மனம் கலவரப் பட்டிருந்தது. அப்பகுதிக் கடற்கரைப் கொண்டாட்டங்களைக் குறித்து எல்சா தொணதொணவென்று பேசிக் கொண்டிருந்தாள். அப்பாவின் கவனம் ஆன்னி வசமிருந்தது. மூன்றுபேரும் அருகருகே படுத்து உருவாக்கியிருந்த முக்கோணச் சேர்மானத்தில், அப்பாவின் தலை மேலேயிருக்க, ஆன்னி தலைகீழாகத் தெரிந்திருக்கவேண்டும். அவளது தோளுக்கு நேராகப் பார்வையைக் கொண்டுவந்தவர், ஒரு சில விநாடிகள் அப்படியே இருந்தார். மணலில் கிடந்த அவரது கை சீராக, மெல்லத் திறப்பதும் மூடிக்கொள்வதுமாக இருக்கிறது. கடல் பக்கம் ஓடினேன். எஞ்சியிருக்கும் விடுமுறை நாட்கள் மீதான நம்பிக்கை மற்றும் அவநம்பிக்கை வெதும்பல்களுடன் நீரில் பாய்ந்தேன். ஒரு துன்பவியல் காட்சியை அரங்கேற்றப் போதுமானவை எங்களிடத்திலே இருந்தன. பெண்களைச் சுலபமாய் வசீகரிக்கவென்று ஒரு நாயகன், ஓரளவு நவநாகரிகத்தில் மூழ்கிய ஒரு பெண், விஷயஞானத்தோடு இன்னொருத்தி, நீரின் ஆழத்தில் அழகானதொரு கிளிஞ்சல், அடுத்து நீலமும் இளஞ்சிவப்புமாக ஒரு கல். அதை எடுப்பதற்காக மூழ்கினேன். மதிய உணவுவரை கையிலேயே பத்திரப்படுத்தி வைத்திருந்ததில் அது தேய்ந்து மிருதுவாயிற்று. அதிர்ஷ்டக் கல்லென்று மனம் சொன்னது. கோடைமுழுக்க அதைப் பிரியும் எண்ணமில்லை. அது கையை விட்டுப்போனால், எனக்குள்ள அனைத்தையும் இழந்துவிடுவேன் என பயந்ததால் அதை மிகவும் பத்திரமாக வைத்திருந்தேன். இன்றைக்குங்கூட இளஞ்சிவப்பு நிறத்தில், வெதுவெதுப்புடன் எனது கையிலிருப்பது அந்தக் கல்தான். அக் கல்கொடுக்கும் தைரியத்தில், தேம்பி அழவேண்டும் போலிருக்கிறது.

❖

4

அடுத்துவந்த நாட்களில் என்னை மிகவும் ஆச்சரியப்படுத்தியது எதுவென்று சொன்னால், எல்சாவிடத்தில் ஆன்னி காட்டிய அளவுக்கதிகமான கரிசனம் உரையாடல்களில் பளிச்சென்று தெரிந்த, அர்த்த மற்ற அவளது பேச்சைக் கேட்டபிறகும், அவளுக் கேயுரிய இரண்டொரு சங்கேத வார்த்தைகளில்கூட குறுக்கிடவில்லை. அப்படி நடந்திருந்தால் உளறல் களிலிருந்து, எல்சாவை மீட்டிருக்கலாம். அவளது பொறு மையையும் கனிவையும் மனதிற்குள் பாராட்டினேன். அவள் சாமர்த்தியக்காரி. அவளது செய்கைக்கான உட் பொருளை உணர்ந்துகொள்ள நான்தான் தவறியிருந்தேன். அப்பா, இதுமாதிரியான பேய் விளையாட்டுக்கு ஏற்ற வரல்ல. எளிதில் அலுத்துக்கொண்டார். எனினும், ஆன்னி யிடம் ஒருவகையில் அவர் கடன்பட்டிருந்தார். தனது விசுவாசத்தை உரிய வகையில் வெளிப்படுத்த வேண்டிய கட்டாயம் அவருக்கிருந்தது. அவ்விசுவாசங்கூட பெரிய அளவில் அவள் இவருக்குச் செய்திருக்கும் உதவிக்கு ஒரு சிறு சமிக்ஞை, அவ்வளவுதான். ஆன்னி அவரது மரியாதைக்குரியவள் என்பதுபோலத்தான் அப்பாவின் பேச்சு இருக்கும். என்னவென்றாலும் அவள் அவரது மகளுக்கு இரண்டாவது தாயில்லையா? தவிர, அவளுடைய பாதுகாப்பில் என்ன விடவும், என்னுடைய பிரச்சினைகளுக்கெல்லாம் ஆன்னியைக் குற்றம் சொல்லவும், எனக்கும் அவளுக்குமான இடை வெளியைப் பெரிதும் குறைத்து, நாங்கள் நெருக்கமாக இருக்கவும், ஒருவகையில் அப்பா கொண்டிருந்த 'விசுவாசம்' துருப்புச்சீட்டாகக்கூட பயன்பட்டது எனலாம். ஆனாலும், அவர் அவளைப் பார்க்கிற பார் வையும், செய்கிற சேட்டைகளும், முன்பின்தெரியாத

வணக்கம் துயரமே!

பெண்ணிடத்தில் அவளது அறிமுகத்திற்காக ஆடவனொருவன் நடந்துகொள்வதுபோல இருந்தது. இப்படியான காரியங்களைச் சிரிலிடத்திலும் கண்டு வியந்திருக்கிறேன். அதுபோன்ற நேரங்களில், அவனிடமிருந்து விலகிக்கொள்ளவும் செய்வேன். சீண்டிக் கோபமூட்டவும் செய்வேன். ஆனால், ஆன்னி அளவிற்கு எனக்குத் தைரியம் போதாது. சுலபமாய் என்னை ஒருவர் வீழ்த்திவிடலாம். என் தகப்பனார் காரியங்களுக்கு ஈடுகொடுத்து, அதைப் பெரிதுபடுத்தாது, பெருந்தன்மையுடன் அவள் நடந்து கொண்டதைப் பார்க்க, ஒருவகையில் நிம்மதியாக இருந்தது. முதல்நாள் அவளைத் தவறாய் எடைபோட்டிருக்கிறேன் என்பது புரிய ஆரம்பித்தது. அவளது பண்புகளில், குறிப்பாக மிக இயல்பாக அமைந்திருந்த நிதானமும், அதை வெளிப்படுத்தும் அழகும் வியப்பூட்டுபவை. அவற்றுள் மனதைப் பறிகொடுத்து அப்பா மெய்மறந்த நேரங்கள் அதுவரையில் இல்லை. எல்சா இடைவிடாது பறவைபோலக் கீச்சுகீச்சென்று பேசிக்கொண்டிருக்க, என் தகப்பனாரும் ஆன்னியும் நிழலுக்கெதிரான சூரியனைப்போல மாற்று அபிப்ராயம் கொண்டவர்களாகக் கைகோர்த்திருந்தார்கள். பாவம் எல்சா, அவளைச் சுற்றி என்ன நடக்கிறதென்பதை அறியாமலிருந்தாள். வழக்கம்போல மிதமிஞ்சிய சுறுசுறுப்புடன் எந்நேரமும் வெயிலில் கிடந்து உடலைக் வாட்டிக்கொண்டிருந்தாள்.

எல்சா எப்படியோ புரிந்துகொண்டிருக்கவேண்டும். ஒரு நாள், மதிய உணவிற்கு முன்பாக, என் தகப்பனாரின் பார்வையில் எதையோ உணர்ந்து குறுக்கிட்டவள், அவரது காதில் முணுமுணுக்கிறாள். அடுத்த நொடி அவரது முகம் சுருங்கிப் போனது, பிறகு சமாளித்தவராக மெல்லச் சிரித்தபடி தலையை ஆட்டினார். உணவிற்குப்பிறகு கடைசியாய் அனைவரும் காப்பிக் குடித்துமுடித்ததும், எல்சா எழுந்துகொண்டாள். கதவை அடைந்ததும் எதையோ பறிகொடுத்தவளைப் போல அவள் நின்றது, அமெரிக்கத் திரைப்படங்களை நினைவூட்டியது. அடுத்து பேசியபோது, குரலில் பிரெஞ்சுக்காரர்களுக்கே உரிய வக்கணை.

“ரெமோன், கொஞ்சம் எழுந்து வருகிறீர்களா?”

என் தகப்பனார் எழுந்தார். முகம் கிட்டத்தட்ட சிவந்திருந்தது. மதிய உணவிற்குப் பிறகு சிறிது நேரம் கண்ணயர்வதால் ஏற்படுகிற நன்மைகளைச் சிலாகித்தபடி அவளைப் பின்தொடர்ந்து சென்றார். ஆன்னி உட்கார்ந்தபடி இருந்தாள். விரலிடுக்கில் சிகரெட்டொன்று புகைந்துகொண்டிருந்தது. இறுக்கத்தைக் குறைக்க ஏதேனும் நான் பேசியாகவேண்டும்.

“இப்போதெல்லாம் பலரும் ஓய்வென்று சொன்னால் சிறிது நேரமாவது தூங்க வேண்டுமென்று நினைக்கிறார்கள். ஆனால் அதில் உண்மையில்லை...”

சட்டென்று நிறுத்திக்கொண்டேன். வாக்கியத்தின் உள்ளர்த்தத்தை உணர்ந்ததால் வந்த வினை.

"செஸில், தயவு செய்து கொஞ்சம் சும்மா இருக்கமுடியுமா?" ஆன்னியின் வார்த்தைகள் உணர்ச்சிகளற்று ஒலித்தன.

அவள் தெளிவாயிருந்தாள். எனது பேச்சைச் சில்லுண்டித்தனமானதென்று நினைத்தாளேயொழிய, அதில் விகற்பம் இருக்குமென்று நினைக்கவில்லை. அவளை நேராகப் பார்த்தேன். விச்ராந்தியான முகம். அமைதியை வலியத் திணித்திருந்தாள். புரிந்துகொண்டதும் மனம் நெகிழ்ந்தது. ஒருவேளை, இந்த நேரத்தில் எல்சாமீது அவளுக்குத் தப்பான ஆசை வந்திருக்குமோ? அவளைச் சமாதானப்படுத்த நினைத்தேன். விஷமத்தனமாக ஓர் எண்ணம் பிறந்தது. வழக்கம்போல மனதிற்குள் சந்தோஷம். எனக்கு நானே ஏற்படுத்திக்கொள்ளும் ஒருவிதப் பாதுகாப்பு வளையம், ஒருவிதப் போதை. எனது குற்றத்திற்கு உடந்தை யாரென்று நினக்கிறீர்கள்? நானேதான். அது உரத்து ஒலித்தபோது தடுக்க முடியவவில்லை.

"... வெயிலில் சதா படுத்துப்படுத்து எல்சா உடலை எப்படியெல்லாம் வாட்டிக்கொண்டிருக்கிறாள். இந்த அழகில், சிறிது நேரம் தூங்குவதால் அப்படியென்ன பெரிதாக கிடைத்து விடப்போகிறது? அவளுக்கு மட்டுமில்லை, யாருக்குமே மதிய வேளைகளில் கண்ணயர்வதால், எந்தப் பலனுமில்லை."

நான் வாயை மூடிக்கொண்டு இருந்திருக்கவேண்டும்.

"இந்த மாதிரியான அபிப்ராயங்களை என்னிடத்தில் சொல்லாதே. உன்னுடைய வயதுக்கு, இத்தனை அசட்டுத்தனமாகப் பேசுவாயென்று நான் நினைக்கவில்லை. கொடுமை."

எனக்கு கோபம் வந்தது.

"சும்மா ஒரு பேச்சுக்குச் சொன்னேன். தப்பென்றால் மன்னிப்புக் கேட்கிறேன். அவர்கள் இரண்டுபேரும் உண்மையில் மகிழ்ச்சியாக இருக்கிறார்கள் என்று உறுதியாக நம்புகிறேன்."

கோபாவேசத்துடன் என்னைப் பார்த்தாள். நிலைமையைப் புரிந்துகொண்டு தாமதமின்றி மன்னிப்புக் கேட்டுக்கொண்டேன். கண்களை மூடிக்கொண்டவள், தாழ்ந்த குரலில் நிதானத்துடன் பேச ஆரம்பித்தாள்:

"உங்களுக்குக் காதலென்பது ஒரு விளையாட்டு. பத்தோடு பதினொன்று, தன்னிச்சை உணர்வுகளின் ஒரு பரிமாணமாக அதை நீங்கள் பார்ப்பதில்லை ...."

உண்மை. இதுவரை எனக்கேற்பட்ட காதல் அனுபவங்களை அந்த வகையில்தான் சேர்க்கவேண்டும். வசீகரிக்கமிக்க ஒரு

முகம், ஒரு மெய்தீண்டல், ஒரு முத்தம் என ஏதோவொன்றிற்காக என்னையே மறந்ததும், காரணமின்றி பரவசத்தில் திளைத்த கணங்களுமே என்னிடத்தில் காதல் அனுபவங்களென எஞ்சி யிருப்பவை.

"செசில், காதலை வேறுமாதிரியும் பொருள்கொள்ளலாம்: மாறா அன்பு, இனிமை, பிரிவாற்றாமை...ம், இவைகளைக் குறித்து உன்னிடத்தில் பேசி என்ன ஆகப்போகிறது? உனக்குப் புரியவும் புரியாது" என்றாள் ஆன்னி.

"உணர்வுகள் விஷயத்தில் எனக்குப் போதிய ஞானமில்லை, ஒத்துக்கொள்கிறேன். அதற்காகக் கோபத்தோடோ, அல்லது என்மீது கொஞ்சம் அக்கறை எடுத்துக்கொண்டோ கண்டித் திருந்தால், ஏற்றுக்கொண்டிருப்பேன். அதற்குப் பதிலாக, ஆன்னி என்னைத் தவிர்க்க நினைத்தவள்போலக் கையில் செய்தித்தாளைப் பிரித்து வைத்துக்கொண்டாள். யோசித்துப் பார்த்தபோது அவள் தரப்பிலும் நியாயமிருந்தது. என்னை முறையுடன் நடத்தவேண்டுமென்று எதிர்பார்ப்பது 'சரியல்ல. இன்றைய தேதியில் எனக்கு விலங்கினும் கேவலமான வாழ்க்கை. எடுப்பார் கைப்பிள்ளை, அசடு, பலவீனமானவள். என்னை நானே நிந்தித்துக்கொள்வது வேதனைக்குரிய ஒன்று, அதற்கு முன்பு என்னை நானே நல்லவளென்றோ கெட்டவளென்றோ விமர்சித்துக்கொண்ட வழக்கமில்லை. எனது அறைக்குச் சென்றேன், ஏதேதோ கனவுகள். கட்டிலில் கிடந்த விரிப்பு கதகதவென்றிருந்தது. ஆன்னியின் குரல் இடைவிடாமல் காதில் ஒலிக்கிறது: **"செசில், காதலை வேறுமாதிரியும் பொருள் கொள்ளலாம்,... ஒரு வகை பிரிவாற்றாமை."** யாரேனும் ஒருத்தரைப் பிரிந்து எப்போதேனும் நான் வாடியதுண்டா?

அடுத்த பதினைந்து நாட்கள், என்ன நடந்ததென்கிற ஞாபகமேயில்லை. அச்சுறுத்தும் எதையும் தெளிவாகப் புரிந்து கொள்ளும் ஆர்வம் என்னிடத்தில் இல்லையென்று ஏற்கனவே சொல்லியிருக்கிறேன். மூன்று வாரங்கள் மொத்தத்தில் சந்தோஷ மாகக் கழிந்திருக்கும். அடுத்து என்ன நடந்ததென்பதை வரிசை யாகச் சொல்லமுடியும். காரணம், எல்லாவற்றிலும் முழு மனதோடு முடிந்த அளவு கவனம் செலுத்தியிருக்கிறேன். உதாரணமாக என்றைக்கு அப்பா ஆன்னியை நேரிடையாய்ப் பார்த்து பேசினார்? ஒருநாள் சிரித்து மழுப்பியபடி ஆன்னி யுடைய அசிரத்தையை உரத்தகுரலில் கண்டித்தாரே அன்றா? அல்லது இன்னொரு நாள் அரைகுறை ஞானங்கொண்ட எல்சாவினுடைய பேச்சை ஆன்னியுடைய சாதுரியத்தோடு ஒப்பிட்டு, சிரிக்காமல் விமர்சித்தாரே, அன்றா? சொல்வதற்கு என்னால் இயலும். பிறகு மற்றொரு விஷயம் என் நிம்மதிக்கு மிகவும் முக்கியம்: கடந்த பதினைந்து வருடங்களாக அவர்கள்

ஒருவரை ஒருவர் நன்கறிவர். அவர்களுக்குள் விருப்பமிருந்தால் காதலர்களாக இருந்திருக்கக்கூடும். அட, இனிதான் அவர் களிருவரும் காதலிக்கட்டுமே, அதனாலென்ன? மிஞ்சிப் போனால் மூன்று மாதங்கள் அப்பா தீவிரமாக ஆன்னியைக் காதலிக்கக்கூடும், அதன்பிறகு அவளுக்கு மிஞ்சப்போவது ஒரு சில அவமானங்களும், கொஞ்சம் காதல் அனுபவங் களுமன்றி வேறல்ல. எனினும் ஆன்னி சுலபத்தில் பிறரால் கைவிடப்படகூடிய பெண்மணி அல்லவென்று எனக்குத் தெரியாதா என்ன? பிறகு எனக்கென்று சிரில் இருக்கிறான், எனது நினைவுகளுக்குத் தீனிபோட.

சிரிலும் நானும், இருவருமாகப் பெரும்பாலும் மாலை வேளைகளில் 'சென் த்ரொப்பேஸ்' இரவுவிடுதிகளுக்குச் செல்வோம், அங்கே அவ்வப்போது அடங்கி ஒலிக்கும் கிளாரி னெட்டின் பின்னணியில் இரவுமுழுக்க இனிக்க இனிக்கக் காதல் மொழிகளைப் பரிமாறியபடி ஆடிமுடித்து 'வில்லா' திரும்பினால், மறுநாள் காலை அத்தனையும் மறந்திருக்கும். பகலில் கடற்கரையையொட்டி விளையாட்டுப் பாய்மரப்படகில் பயணித்துப் பொழுதுபோக்குவோம். சிலசமயம் அப்பாவும் எங்களுடன் கலந்துகொள்வதுண்டு. சிரிலைப் பெரிதும் பாராட்டு வார். அதிலும் ஒருமுறை நீச்சலில் இவர் வெற்றிபெறட்டு மென்று அவன் விட்டுக்கொடுத்ததிலிருந்து, கூடுதலாகவே பிரியம் காட்டினார். அப்பா அவனை 'மோன் பெத்தி சிரில்' என்றழைக்க, பதிலுக்கு அவன் அப்பாவை 'மிஸியே' என்றழைத் தான். இருவரும் வயது வித்தியாசமின்றிப் பழகினார்கள்.

பிற்பகலில் ஒரு நாள், தேநீர் குடிப்பதற்கென்று சிரில் வீட்டிற்கு அனைவரும் சென்றோம். வீட்டில் சிரிலுடைய அம்மாவைச் சந்திக்க முடிந்தது. வயதான பெண்மணி புன்னகை யுடன் கூடிய அமைதி தவழும் முகம் விதவையாகவும் தாயாகவு மிருந்து அவள் படும் இன்னல்களை எங்களிடத்தில் நிறைய பேசினாள். என் தகப்பனார் அவளுக்கு ஆறுதல் கூறினார், ஆன்னியை நன்றியுடன் பார்த்தார். சிரிலுடைய அம்மாவை வாய்கொள்ளப் புகழ்ந்தார். இவ்விடத்தில் ஒரு உண்மையை உங்களிடத்தில் சொல்லவேண்டும். அப்பாவுக்கு நேரத்தின் அருமை தெரியாது, பேச ஆரம்பித்தால் நிறுத்தமாட்டார். நடந்தது அனைத்தையும் வெறுமனே வேடிக்கை பார்த்துக் கொண்டிருந்த ஆன்னி, திரும்பும் வழியில் சிரிலுடைய அம்மா பலரும் விரும்பத்தக்க பெண்மணி என்று பாராட்டுப் பத்திரம் வழங்கினாள். உலகிலிருக்கிற அத்தனைக் கிழங்களையும் சாபமிட்டபடி கலகலவென்று சிரித்தேன். உடன் வந்தவர்கள் சிரிப்பில் ஒருவித ஏளனமும் சந்தோஷமும் கலந்திருக்க, நான் என்னை மறந்து கத்தினேன்:

"அந்தக் கிழத்தை நீங்கள் சரியாகப் புரிந்துகொள்ளவில்லை. நீங்கள் நினைப்பதுபோல அவளுக்குப் பிரச்சினைகள் இல்லை, மகிழ்ச்சியாக இருக்கிறாள். தனக்குரிய கடமையைச் செய்து முடித்துவிட்டேன் என்கிற தற்பெருமை வேறு, பிறகு . . ."

"உண்மைதான். இல்லையென்று சொல்ல முடியுமா? ஒரு பெண்ணாக இருந்து ஆற்றவேண்டிய அத்தனைக் கடமை களையும் தவறாமல் செய்திருக்கிறாள்: தாயாக, மனைவியாக . . . பிறகு அடுத்தது என்ன?" ஆன்னி சொல்லி முடிக்கவில்லை. இடையில் குறுக்கிட்டேன்:

"தேவடியாள் கடமை. அதையும்கூட விடவில்லை, அப்படித் தானே?"

"இம்மாதிரி தடித்த வார்த்தைகளைக் கேட்க நான் தயாரில்லை. ஏட்டிக்குப் போட்டியா எதைச் சொன்னாலும் எனக்குப் பிடிக்காது."

"ஏட்டிக்குப் போட்டியா எதைச் சொல்லிவிட்டேன்? உலகில் நடப்பதைத்தானே சொன்னேன். விருப்பத்தின் பேரிலோ, விரும்பிய சுகத்தை அடையவேண்டியோ, எல்லாப் பெண்களும் திருமணம் செய்துகொள்வதைப் போலவே, அவளும் செய்தாள். பிள்ளையும் பெற்றுக்கொண்டாள். எப்படிப் பிள்ளை பெற்றுக் கொள்வதென்று உங்களுக்குத் தெரியுமில்லையா?"

"உன் அளவுக்கு இல்லையென்றாலும் ஏதோ கொஞ்சம் தெரிந்து வைத்திருக்கிறேன்."

"பிறகென்ன, பிறந்த பிள்ளையை வளர்க்க வேண்டு மில்லையா? வளர்த்திருக்கிறாள். நல்லவேளை, சோரம் போகாமல் இருந்ததாலே, நெருக்கடிகள், கவலைகள் என்று எந்தப் பிரச்சினைகளிலும் சிக்காமல் தப்பிக்க முடிந்திருக் கிறது. சராசரிப் பெண்களுக்கான வாழ்க்கை அவளுக்கும் அமைந்திருக்கிறது, அதைப் பெருமையாக வேறு நினைக்கிறாள். இவற்றை நீங்கள் புரிந்திருக்கவேண்டும். மேட்டுக்குடி வர்க் கத்தைச் சார்ந்த ஓர் இளம் மனைவியாகவும் தாயாகவும் வாழ்ந்தவள், அந்த எண்ணத்தில் இன்னமும் ஊறிக்கிடக் கிறாள். அதிலிருந்து கரையேற எந்த முயற்சியும் அவள் மேற் கொள்ளவில்லை. இதைச் செய்யவில்லை அதைச் செய்யவில்லை யென அவளால் பெருமைபட்டுக்கொள்ள முடிகிறதே தவிர எதையாவது செய்து முடித்ததற்குப் பெருமைப்பட முடிகிறதா?"

"உருப்படியாய் ஏதாவதிருந்தால் சொல்லு." – அப்பா.

"வானம்பாடிக்குக் கண்ணாடி கட்டுவதுபோல உங்கள் இரக்கத்தைத் தனது பேச்சு வன்மையால் கிழம் சுலபமாக

◆ 38 ◆ பிரான்சுவாஸ் சகன்

சம்பாதித்துவிட்டது. 'என்னுடைய கடமையைச் செய்தேன்' என்று ஒருவர் சொன்னால், உருப்படியாக எதையும் செய்ய வில்லை என்றுதான் பொருள். ஒரு நடைபாதைக் குடும்பத்தில் பிறந்து, பின்னர் நடுத்தெருவுக்கு வந்தவளுமாக இருந்து, இப்படியான காரியத்தைச் சாதித்திருந்தால், தாராளமாக அவளைத் தலையில் தூக்கிவைத்துக் கொண்டாடலாம்."

"நீயென்ன செய்வாய், இப்படியெல்லாம் பேசுவதென்பது சமீபத்தில் ஒரு நாகரிகமாகவே வளர்ந்திருக்கிறது. ஆனால் இதற்கெல்லாம் எந்த மரியாதையும் இல்லை" என்றாள் ஆன்னி.

அவள் சொல்வது உண்மையாக இருக்கலாம். என்னுடைய சிந்தனையும் பேச்சும் ஒன்றாகத்தான் இருந்தது. மற்றவர்களும் என்னை அப்படித்தான் விமர்சித்தார்கள். அப்பாவுடைய வாழ்க்கையும் சரி, என்னுடைய வாழ்க்கையும் சரி, இதன் அடிப்படையில்தான் அமையவிருந்தன. ஆன்னி என்னை அநியாயத்திற்கு நிந்தித்து, காயப்படுத்தினாள். ஊர்பேர் தெரியாத பிரச்சினைகளில் அக்கறை கொள்கிறபோது உபயோகமற்ற விஷயங்களில் அக்கறை கொள்வதில் என்ன தப்பென்று கேட்கிறேன்? இவளுக்கும் சிந்திக்க வருமென்கிற எண்ணம் ஆன்னிக்கு ஒருபோதும் தோன்றாது. அவள் என்மீது கொண்டுள்ள தவறான கருத்திற்கு, உடனடியாகத் தீர்வுகாண வேண்டும். மிகவும் அவசரம். அதற்கான சந்தர்ப்பம் அத்தனை சீக்கிரம் எனக்கு வாய்க்குமென்றோ, அதனைச் சரியாக என்னால் பயன்படுத்திக்கொள்ள முடியுமென்றோ அப்போது நான் நினைக்கவில்லை. தவிர, நான் ஒருபோதும் நிலையான கருத்துக் குரியவள் அல்ல, அடுத்த ஒரு மாதத்தில் எது வேண்டுமானாலும் நடக்கலாம். எனது புத்தி வேறுவகையில் சிந்திக்கக்கூடும், மாற்றுக் கருத்துக்களை முன்வைக்கக்கூடும். இந்த அழகில், என்னை அற்பப் புத்திக்குரியவள் எனச் சொல்லிக்கொள்ள லாமேயொழிய, தர்மதேவதை என்கிற நினைப்பெல்லாம் கூடாது.

❖

5

பிரச்சினைகளேதுமின்றி விடுமுறை சுமுகமாகப் போய்க்கொண்டிருந்தது. யார் கண்பட்டதோ? அதற்கெல்லாம் முடிவு கட்டுவதுபோல ஒரு சம்பவம் நடந்தது. ஒருநாள் காலை அப்பா, இன்றிரவு 'கான்' நகரத்திற்குப் போகலாமே என்றார். நாங்கள் தங்கியிருந்த இடத்திற்கு அருகிலிருந்த அந்நகரத்தில் சூதாட்ட விடுதிகளும் இரவு விடுதிகளும் நிறையவே இருந்தன. ஆட்டபாட்டமென்று இரவை உல்லாசமாகக் கொண்டாட முடியும். எனவே அப்பா தெரிவித்த யோசனையைக் கேட்டதும், எல்சாவிற்கு அப்படியொரு சந்தோஷம். இன்றைக்கும் அது கண்முன்னே நிற்கிறது. விடுமுறையென்ற பெயரில் தனிமைப்படுத்தப்பட்டும், தகிக்கும் வெயிலினால் ஒரு வகையில் சோர்ந்தும், தனது கவர்ச்சிகரமான உடல் சநந்தத இழப்புகளைச் சூதாட்ட விடுதி நேர்செய்து விடுமென்று அவள் நினைத்திருக்கவேண்டும். எனது எதிர்பார்ப்பிற்கு மாறாக, ஆன்னி அப்பாவுடைய யோசனைக்குச் சம்மதம் தெரிவித்ததோடு, மகிழ்ச்சியுடன் வரவேற்கவும் செய்தாள். ஆக, இரவு கான் நகருக்கு நாங்கள் போவதென்பது உறுதியாகிவிட்டது. மதிய உணவிற்குப் பிறகு, இரவு கேளிக்கைக்கான உடையை அணிவதற்கென்று எனது அறைக்குச் சென்றேன். இது போன்ற கொண்டாட்டங்களுக்கென ஒரேயொரு ஆடைதான் வைத்திருந்தேன். அதைக்கூட கடையில் தேர்வு செய்தது நானில்லை – அப்பா. தூரதேசத் துணிவகையென்று பார்த்தவுடன் அதைச் சொல்லி விடலாம். அதிலும் அந்த ஆடையில் தூரதேசத்துச் சாயல் கொஞ்சம் அதிகமென்றே சொல்லவேண்டும். அவ்வகைத் துணிகள் மீதான மோகமோ அல்லது அனுபவமோ, எதுவென்று எனக்குத் தெரியாது, ஆனால்

தான் விரும்பியபோதெல்லாம் அவற்றை அணிந்து கவர்ச்சிகரமான பெண்ணாக நான் உலா வரவேண்டுமென அப்பா எதிர்பார்த்தார். அன்றைக்கு அதனை உடுத்திக்கொண்டு கீழே இறங்கிவர, அவர் பளிச்சென்று டின்னர் ஜாக்கெட்டில் நின்றுகொண்டிருந்தார். எனது கைகளிரண்டும் அவரது கழுத்தைப் பின்னிக்கொண்டன.

"இத்தனை கம்பீரமாக ஓர் ஆணை நான் சந்தித்ததில்லை அப்பா."

"சிரிலைத் தவிர்த்து, அப்படித்தானே?" பதில் தயக்கமின்றி சட்டென்று வெளிப்பட்டது. "நீ மட்டுமென்ன? குறைச்சலா? இப்படியான ஒரு தேவதையை இதற்கு முன்னால் நானும் சந்தித்ததில்லை" என்றார் தொடர்ந்து.

"அதாவது எல்சாவிற்கும் ஆன்னிக்கும் பிறகு, அப்படித் தானே?" எனது பதிலும் தயக்கமின்றி வெளிப்பட்டது.

"அவர்கள் இரண்டுபேரும் அவ்வளவு சீக்கிரம் இறங்கி வருவார்களென்று தோன்றவில்லை, நம்மைக் காத்திருக்க வைத்துவிட்டார்கள். மூட்டுவலியால் அவதிப்படுகிற இந்தக் கிழவனோடு கொஞ்சம் நடனமாடித்தான் பாரேன்..."

இரவுக்கான எங்கள் கொண்டாட்டம் அப்போதே ஆரம்பித்துவிட்டதைப்போல உணர்ந்தேன். வயதான மனிதரென்று அப்பாவைப் பார்க்கிறவர்கள் எவரும் சுலபத்தில் சொல்லிவிட முடியாது. இளமை மிடுக்கோடு இருந்தார். சேர்ந்து நடனமாடியபொழுது அவரது பிரத்தியேகத் வாசனை திரவியம், அன்பின் கதகதப்பு, புகைக்கும் சுருட்டு... அத்தனையும் நாசியைத் தொட்டன. சீராகக் கால்களை எடுத்து வைத்தார். பாதி மூடிய இமைகள். என்னைப் போலவே உதட்டோரத்தில் ஒளிக்கமுடியாமல் ஒரு புன்னகை.

தனக்குள்ள மூட்டுவலியையெல்லாம் மறந்துவிட்டு, "எனக்கும் ஒருநாள் நீ 'பி – பாப்' கற்றுக் கொடுத்தாகணும்" என்றார்.

நடனத்தைச் சட்டென்று நிறுத்தினார். தன்னைத்தானே புகழ்ந்துகொண்டது முணுமுணுப்பில் தெரிந்தது. எல்சா இறங்கி வந்துகொண்டிருந்தாள். அப்பா அவளை எதிர்கொண்டு அழைக்க நினைத்திருக்கக்கூடும். பச்சை நிற கவுன் அணிந்திருந்தாள். முகத்தில் சூதாட்ட விடுதி மனிதர்களிடத்தில் நாம் பார்க்கிற செயற்கையான புன்னகை. படிகளில் நிதானமாக இறங்கினாள். உலர்த்தியிருந்த தலைமயிர் படிய வாரப்பட்டிருந்தது. வெயிலில் சுருங்கியிருந்த தேகமும் ஏதோ இழுத்துச்

சரிசெய்யப்பட்டதுபோல இருந்தது. கண்ணைப் பறிக்கிற அலங்காரம் இல்லை, கண்ணியமான தோற்றம். நல்லவேளை, அவள் அதை உணர்ந்திருக்கவில்லை.

"என்ன புறப்படலாமா?"

"ஆன்னி இன்னும் இறங்கவில்லை."

"மேலே போய் பார்த்துவிட்டு வா. நேரத்திற்கு புறப்பட வில்லை என்றால் கான்னுக்குப் போய்ச்சேர இரவு பன்னிரண்டு ஆகிவிடும்" – அப்பா.

அணிந்திருந்த ஆடை, மாடிப்படிகளில் ஏறுவதைச் சிரமப் படுத்தியது. கதவைத் தட்டினேன். உள்ளே வரச்சொல்லி ஆன்னி கத்தினாள். கதவைத் திறந்துகொண்டு நின்றேன். சாம்பல் வண்ண கவுன், அரிதான சாம்பல் வண்ணம், மின்சார ஒளியில் ஆங்காங்கே வெள்ளை வெளேரென்று பிரகாசிக்கிறது, அதிகாலை யில் திட்டுத்திட்டாய் ஜொலிக்கும் கடல்போல. பக்குவப்பட்ட பெண்ணுக்குரிய அத்தனை வசீகரமும் அவளிடத்தில் அன்றைக்குத் திரண்டிருந்ததைக் கவனித்தேன்.

"அபாரம்! இப்படியொரு கவுனா?"

யாரிடமாவது சொல்லிக்கொண்டு புறப்படுகிறபோது நாம் புன்னகைப்போம் இல்லையா? அன்றைக்கு ஆன்னிகூட அப்படித்தான் கண்ணாடியைப் பார்த்துப் புன்னகைத்தாள்.

"சாம்பல் நிறம் எனக்கு நன்றாக அமைந்திருக்கிறதல்லவா? நான் பாக்கியசாலி" என்றாள்.

"நீங்கள் பாக்கியசாலி என்பதை யார் மறுக்கக்கூடும்?"

அவள் எனது காதைப் பிடித்தாள். நேராக என்னைப் பார்த்தாள். அவளது கண்களிரண்டும் கருநீலமாக இருந்தன. அவை ஒளிர்வதையும் மெல்ல மலர்வதையும் கவனித்தேன்.

"சிலவேளைகளில் சோர்வுற்றவள்போல இருந்தாலும், நீ நல்ல பெண்."

நான் உடுத்தியிருந்த கவுனை ஏறெடுத்துப் பார்க்காமலேயே, என்னைக் கடந்து அவள் செல்ல, ஒருவகையில் எனக்குப் பெருமையாகவும் இருந்தது, ஏமாற்றமாகவும் இருந்தது. பெருமை: அடுத்தவர் கண்களை உறுத்துவதுபோல எனது ஆடை இல்லை. ஏமாற்றம்: பிறரைக் கவரும் அளவிற்கு எனது ஆடை இல்லை. என்னை முந்திக்கொண்டு இறங்கியவளைப் பார்த்ததும் அப்பா எங்களை நோக்கி வந்தார். படிகளருகே வந்ததும் நின்றார். முதற்படியில் காலை வைத்தவர் தலையை உயர்த்தி ஆன்னியைப் பார்த்தார். எல்சாவும் ஆன் இறங்குவதைப் பார்த்தாள்.

இன்றைக்கும் அக்காட்சி அப்படியே தத்ரூபமாக எனது கண்கள் முன்னே விரிகிறது: காட்சிப்படி, எனக்கு முன்பாகப் பொன்னிறக் கழுத்தும், திருத்தமான தோள்களுமாக முதலில் ஆன்னி; கொஞ்சம் கீழே – இரண்டாவதாக – முகத்தில் பரவசத்துடனும் நீட்டிய கரத்துடனும் அப்பா. கடைசியாகத் தூரத்தில் காட்சியின் விளிம்பில் எல்சா.

"ஆன்னி! நீ அசாதாரணப் பெண்மணி." – அப்பா.

பதிலேதுமின்றிப் புன்னகைத்தபடி அப்பாவைக் கடந்து சென்றாள். குளிர்கால மேலங்கியைக் கையில் எடுத்துக் கொண்டாள்.

"அப்போ அங்கே பார்க்கலாம். செசில், நீ என்னுடன் வருகிறாய்?"

கார் திறப்பினை என்னிடத்தில் கொடுத்தாள். அன்றிரவு சாலை அத்தனை ரம்மியமாகவிருக்க, காரை நிதானமாக ஓட்டினேன். வழி நெடுக ஆன்னி அமைதியாகவே இருந்தாள். காரிலிருந்த வானொலியில் ஒலித்த ட்ரம்பெட்டின் சத்தம்கூட அவளைப் பாதிக்கவில்லை. அப்பாவுடைய கன்வெர்டிபிள் கார் எங்களை முந்திக்கொண்டு வேகமாகச் சென்றபோதும் கூட அவளிடத்தில் எதிர்வினையேதுமில்லை. இவர்களுக் கிடையேயான பந்தயத்திலிருந்து விலகியதுபோலவும், இனி அதில் குறுக்கிட என்னால் இயலாதென்பதையும் அப்போதே புரிந்துகொண்டேன்.

சூதாட்ட விடுதியில், அப்பாவின் வழக்கமான தந்திரத் தினால், வெகுசீக்கிரமாகப் பிரிந்திருந்தோம். நானும் எல்சாவும் பாரில் வந்தமர்ந்தோம். எங்களோடு எல்சாவுக்கு அறிமுகமான தென்அமெரிக்க நண்பனொருவன், அரை மயக்கத்திலிருந் தான். நாடகத் துறையில் இருக்கிறானென்று அறிந்தேன். மது மயக்கத்திலிருந்தபோதும் நாடகத்தைப் பற்றிச் சிறப்பாகப் பேசியபடியிருந்தான். இடையிடையே எல்சாவின் தொந்தரவு களோடு, சுமார் ஒருமணி நேரமாயினும் அவனோடு சந்தோஷ மாக கழித்திருப்பேன். இம்மாதிரியான ஒன்றிரண்டு பைத்தியங் களை அவ்வப்போது எல்சா தெரிந்துதான் வைத்திருந்தாள். நுணுக்கமான விஷயங்களைப் பேசுவதென்றால் ஓடிவிடுவாள். சட்டென்று என் அப்பாவைத் தேட ஆரம்பித்தாள். என்னைக் கேட்டாள், ஏதோ என்னிடத்தில் சொல்லிவிட்டுத்தான் அப்பா போயிருப்பதைப்போல. எங்களை விட்டு விலகிச் சென்று தேடினாள். தென் அமெரிக்கன் திடுமென்று சோர்ந்து போனான். விஸ்கி உள்ளிறங்கியதும் பழைய நிலைக்குத் திரும்பினான். என்னிடத்திலும் வேறு சிந்தனைகளில்லை. அவனது தீர்த்த

வைபவத்தில் கலந்துகொண்டவள் என்றவகையில் ஒருவகை மகிழ்ச்சி. அவன் என்னோடு நடனம் ஆடவேண்டுமெனத் தனது விருப்பத்தைத் தெரிவிக்க, நிலமையின் தீவிரம் புரிந்தது. என்னிடமிருந்து தள்ளிப்பிடித்தபடி, கால்களையும் அவனிட மிருந்து காத்துக்கொண்டு ஆடுவதென்பது சாதாரண விஷயமா? அதற்கு நிறைய தெம்பு வேண்டும். நாங்களிருவரும் மகிழ்ச்சி யாக இருந்த நேரம், எல்சா எனது தோளைத் தட்டினாள். திரும்பினால் ஏதோ ‘கசாந்துரு’ மாதிரி எதிரே நிற்கிறாள். ‘எங்கேயாவது ஒழிந்து போயேன்’ என்றுகூட சொல்ல நினைத்தேன்.

“அவரைக் கண்டுபிடிக்க முடியவில்லை” என்கிறாள்.

அவளைப் பார்க்க ஏதோ, புத்திபேதலித்தவள் மாதிரி தெரிந்தது. முகத்தில் பூசிய பெளடர் போன இடம் தெரிய வில்லை. அவளது இயல்பான முகத்துடனிருந்தாள் முகத்திலிருந்த கோடுகளை வகைப்படுத்த முடிந்தது. பார்க்கப் பரிதாபமாக இருந்தாள். அப்பாமீது கோபம் கோபமாக வந்தது. கொஞ்சங் கூட நாகரிகமற்ற மனிதர்.

“ஆ! அவர்கள் எங்கே இருப்பார்களென்று எனக்குத் தெரியும்,” சிரித்தபடி சொல்லுகிறேன். ஏதோ சாதாரண பிரச்சினை போலவும், கவலைகொள்கிற அளவிற்குப் பெரிதாக அதில் ஒன்றுமில்லையென்பதும் எனது சிரிப்பிற்கான பொருள். “இதோ வருகிறேன்.”

நான் புறப்பட்டதும் பிடிப்பின்றி விழ இருந்த தென் அமெரிக்கனை சட்டென்று எல்சா மார்பில் தாங்கிக் கொண்டாள். அவனுக்கும் அது கொஞ்சம் செளகரியமாக இருந்திருக்குமென நினைக்கிறேன். எல்சாவினுடைய மார்புகள் பெரியவை. அவற்றை என்னுடையதோடு ஒப்பிட்டுப் பார்க்க, ஒருவகையில் வருத்தமென்றுதான் சொல்லவேண்டும். அதற்காக அவளை வெறுக்க முடியுமா என்ன? சூதாட்ட விடுதி பெரியது. இரண்டு முறை சுற்றிவந்தும் பலனில்லை. திறந்தவெளியில் போட்டிருந்த இருக்கைகளையும் பார்த்தாகி விட்டது. கடைசியில் காரின் ஞாபகம் வந்தது.

கார்கள் நிறுத்துமிடத்தில் ஏராளமான வாகனங்கள். அப்பாவையும் ஆன்னியையும் பிடிக்கக் கணிசமாகவே நேரம் தேவைப்பட்டது. ஒரு வழியாகக் கண்டுபிடித்தேன். பின்புறம் சென்று கண்ணாடி வழியாகத் தலையைத் தாழ்த்திப் பார்க்க, மிகவும் நெருக்கமாகவும் முகம் சுளிக்கும்வகையிலும் இருந்தார் கள். மின்சாரவிளக்குக் கம்பத்தின் கீழிருந்து பார்க்க வித்தியாச மாகவும் அழகாகவும் இருந்தது. இருவரும் ஒருவரையொருவர்

பார்த்துக்கொண்டிருந்தனர். மெல்ல முணுமுணுப்பதை உறுதிப் படுத்தும் உதடுகளின் உலாத்தல். எனக்குத் திரும்பிப் போய் விடலாம் போலிருந்தது. எல்சாவை நினைத்தவளாய், காரின் கதவைத் திறந்தேன்.

அப்பாவின் கை ஆன்னியின் கைமேல் கிடந்தது. அவர்களிருவரும் நான் நிற்பதைக் கவனித்ததாகத் தெரியவில்லை.

"என்ன, இரண்டுபேரும் ரொம்ப சந்தோஷத்தில் இருக்கிற மாதிரி தெரியுது?" அமைதியாகவே கேட்டேன்.

"என்ன வேண்டும்? உனக்கு இங்கென்ன வேலை?" அப்பாவின் வார்த்தைகளில் கோபம் தெறித்தது.

"இது நான் கேட்கவேண்டிய கேள்வி. உங்களுக்கு இங்கென்ன வேலை? கடந்த ஒரு மணிநேரமாக எல்சா உங்களைத் தேடாத இடமில்லை."

ஆன்னி வெறுப்புடன் தலையைத் திருப்பினாள்.

"நாங்க வில்லாவுக்குத் திரும்பவேண்டும். எனக்கு உடம்புக்கு முடியவில்லை. அதனால் அப்பா வீட்டுக்கு என்னை அழைத்துப் போகிறார் என்று எல்சாவிடத்தில் சொல். நீங்களிருவரும் போதும் என்கிறவரைக்கும் மகிழ்ச்சியாக இருந்துவிட்டு, என்னுடைய காரில் வந்துவிடுங்கள்."

எனக்கு வந்த கடுகடுப்பில், என்ன பேசுவதென்று தெரியாமல் தவிக்கிறேன்.

"போதும் என்கிறவரைக்கும் மகிழ்ச்சியாக இருந்துவிட்டு..." என்ன சொல்றீங்க? இப்படிப் பேச எப்படி முடியுது? கேட்பதற்கே அசிங்கமா இருக்கு!"

"இதிலென்ன அசிங்கம்?" அப்பாவின் கேள்வியில் ஆச்சரியம் தொனித்தது.

"சிவத்த தோலுடைய ஒருத்தியை, வெயிலில் காய்வதென்பது அவள் உடம்பிற்கு ஆகாதென்று அறிந்திருந்தும், கடற்கரைப் பிரதேசம் ஒன்றுக்கு அழைத்துப் போவீர்கள், அங்கே அவள் தோலுரிந்து வாடிக்கொண்டிருக்கிற நேரத்தில் அம்போவென்று தவிக்க விடுவீர்கள், சரியா? இதெல்லாம் உங்களுக்கு அற்ப சங்கதி, அப்படித்தானே? சரி, இப்போ எல்சாவிற்கு என்ன பதிலைச் சொல்ல?"

ஆன்னி எனது தகப்பனாரைப் பார்க்கிறாள். களைத்திருந்தாள். அவர் சிரிக்கிறார். நான் கூறியது ஏதேனும் அவர் காதில் விழுந்திருக்குமா? இல்லையென்றுதான் தோன்றியது. அவர்களது கோபத்தின் விளிம்பைப் பார்க்க நினைத்தவள் போல, "என்ன சொல்லவேண்டும்? அப்பா இப்போ

இன்னொரு பெண்ணைக் கண்டுபிடித்து, அவளோட படுத்துக் கொண்டிருக்கிறார், அந்தப் பெண்ணும் கூர்தீட்ட ஒத்தாசை செய்கிறாள் என்று சொல்லவேண்டும். அவ்வளவுதானே?"

அப்பா திகைத்துப் போவதும், ஆன்னி எனது கன்னத்தில் அறைவதும் ஒரே நேரத்தில் நடந்து முடிகிறது. ஏகத்திற்கும் வலிக்கிறது. கார் கதவிலிருந்து எனது தலையை இழுத்துக் கொண்டேன்.

"மன்னிப்புக் கேள்" – அப்பா.

கதவருகில் சிறிதுநேரம் என்ன செய்வதென்று புரியாமல் குழப்பத்துடன் நின்றேன். அவசரப்பட்டுவிட்டோமாவென்று தோன்றியது. நல்ல புத்தி தாமதமாகத்தானே வரும்?

"இங்கே வா." – ஆன்னி.

அவள் குரலிலில்லை, மிரட்டல் தொனி என்பதை உணர்ந்தவளாய், நெருங்கினேன். எனது கன்னத்தை வருடினாள். என்னை மண்டுகமென்று நினைத்தவள்போல நிதானமாகவும் பரிவுடனும் பேசினாள்.

"அசடு . . . அசடு . . . இப்படியெல்லாம் நடந்துகொள்ளக் கூடாது. எல்சாவை நினைத்தால் வருத்தமாகத்தான் இருக்கிறது. அதற்காக என்ன செய்யமுடியும்? நிலைமையை எப்படிச் சமாளிக்கிறது என்பதை, உனக்குச் சொல்லிக் கொடுக்கணுமா என்ன? நாளைக்கு விபரமாகப் பேசலாம். ரொம்பவும் பலமா அடிச்சுட்டேனா?"

"ம் . . . அதையெல்லாங்கூட உங்களால் நினைத்துப் பார்க்க முடிகிறதா?" அமைதியாகக் கேட்டேன். சற்று முன்பு வரை என்னிடமிருந்த கோபத்தைப் பின்னுக்குத் தள்ளிவிட்டு, முந்த நினைத்த எனது நல்லபுத்தி மனதை இளக்க, அழவேண்டும் போலிருந்தது. நான் பார்த்துக்கொண்டிருக்க அவர்களிருவரும் புறப்பட்டுப் போய்விட்டார்கள். எல்லாவற்றையும் இறக்கி வைத்தது போன்ற உணர்வு. இருந்த ஒரே ஆறுதல், பிரச்சினையைக் கையாளுவதில் எனக்குள்ள கெட்டிக்காரத்தனம். மீண்டும் சூதாட்ட விடுதிக்கு வருகிறேன். அங்கே எல்சாவை மறுபடியும் கண்டேன். தென்அமெரிக்கன் கைகளில் கட்டுண்டிருந்தாள்.

"ஆன்னிக்கு உடம்புக்கு முடியவில்லை, அப்பா அவளை வீட்டுக்குக் கூட்டிப்போக வேண்டியிருந்தது. நாம் ஏதாவது குடிக்கலாமா?" அவளிடத்தில் மெதுவாய்க் கேட்டேன்.

என்னைப் பார்த்தாளே தவிர, பதில் சொல்லவில்லை. நான் சொன்னதை உறுதிப்படுத்துவதற்காகக் கூடுதலாகச் சொற்கள் தேவைப்பட்டன.

“அவளுக்குக் குமட்டல். அணிந்திருந்த ஆடைமுழுக்க அசிங்கமாய்விட்டது, பார்க்கச் சகிக்கவில்லை.”

இந்த விளக்கம் நான் சொல்லவந்ததை உண்மையென்று நம்பவைக்கப் போதுமானதாகயிருந்தது. எல்சா மெதுவாக, ஆனால் பரிதாபமாக, விம்மி அழுதாள். எப்படித் தேற்றுவதென்று புரியாமல், குழப்பத்துடன் அவளைப் பார்த்தேன்.

“செஸில்...ஓ செஸில், எத்தனை சந்தோஷமா நாம இருந்தோம்....” என்றாள்.

அவளது விம்மலும், அழுகையும் இருமடங்கானது. “ஆமாம் நாம எத்தனை சந்தோஷமா இருந்தோம், எத்தனை சந்தோஷமா இருந்தோம்” எனத் திரும்பத் திரும்பக் கூறியபடி தென் அமெரிக்கனும் அழ ஆரம்பித்துவிட்டான். எனக்கு அப்பா மீதும், ஆன்னி மீதும் ஏராளமாய்க் கோபம். இமை மயிரிலிருந்து மஸ்காரா கரையக் கரைய எல்சா அழுதுகொண்டிருக்கிறாள். போதாததற்குத் தென் அமெரிக்கன் வேறு, அவன் பங்குக்கு அழுகிறான். இதை நிறுத்த ஏதேனும் செய்தாக வேண்டும்.

“உன்னிடத்தில் சொல்வதற்கு நிறைய இருக்கிறது. என் கூட வா.”

“இல்லை செஸில். நான் வருவதற்கில்லை. நீ புறப்படு. கூடிய சீக்கிரம் என்னுடைய உடைமைகளை எடுப்பதற்காக வேண்டுமானால் வில்லாவுக்கு வருவேன். நாம் ஒருவரை ஒருவர் புரிந்துகொண்டு நல்லவிதமாகத்தானே இருந்தோம். இடையில் அவள் குறுக்கிட்டு...”

எல்சாவிடத்தில் பெரும்பாலும் கால நிலவரம், உடை அலங்கார விஷயங்களில் புதிதாக என்ன அறிமுகமாகியிருக்கிறது என்பதைத் தவிர வேறு விஷயங்களை, நான் பேசியதில்லை எனினும், அன்றைய தினம் எனது நெடுநாளைய தோழி ஒருத்தியைப் பிரிவதுபோல உணர்ந்தேன். சட்டென்று திரும்பி நடந்தவள், கார் வரை ஓடினேன்.

❖

6

மறுநாள் காலை உடலில் அத்தனை அசதி, தாள முடியாத வலி. நேற்றைய இரவு குடித்திருந்த விஸ்கிதான் காரணம். கண்விழித்தபோது கட்டிலில் குறுக்காகக் கிடக்கிறேன். சுற்றிலும் மையிருட்டு. வாய் கனத்திருந்தது. கைகளும் கால்களும் ஏதோ வீங்கிக் கசகசவென்று சகிக்க முடியாதவாறிருந்தன. சன்னல்கதவு ஊடாகச் சூரியனின் ஒற்றைக்கதிரொன்று உள்ளே பிரவேசித்திருந்தது. அதில் அடர்த்தியாய்த் தூசுகள் வரிசைக்கிரமத்தில் மேல் நோக்கிப் பயணிக்கின்றன. கட்டிலைவிட்டு எழுந்திருக்கவும் விருப்பமில்லை. கட்டிலிலேயே கிடக்கவும் எண்ணமில்லை. எல்சா ஒருவேளை திரும்பவும் வருவாளா? அப்படி வருவாளென்றால், காலையில் அப்பாவின் முகமும், ஆன்ணியின் முகமும் பார்க்க எப்படியிருக்கும்? மனதைக் கேட்டேன். சிரமமின்றி எழுந்திருக்க வேண்டும் என்பதற்காக, வெறுப்புடன் அவர்கள் இருவரையும் மனதில் நினைத்துக்கொண்டேன். அதில் வெற்றி பெற்று, ஒருவழியாகச் சில்லென்றிருந்த சலவைக்கற்களிட்ட தரையில் எழுந்து நிற்க முடிந்தது. மனதில் தடுமாற்றம், சஞ்சலம். எதிரிலிருந்த கண்ணாடி என் சோகத்தைத் தெளிவாய் பிரதிபலித்தது. கண்ணாடியில் முகத்தை அமுக்கி பார்த்ததில் கண்களிரண்டும் வீங்கிப் பெரிதாகத் தெரிந்தன. உதடுகள் தடித்திருந்தன. நான் இதுவரையிலும் அறிந்திராத முகம் எனது முகம். இந்த உதடுகளும் வடிவமும் அலங்கோலமும் அடிமைக் குணமும் என்னைக் கோழையாகவும் வலிமையற்றவளாகவும் மாற்றக்கூடுமோ? அடிமையென்று தெரிந்து கொள்ளவா அத்தனை ஆர்ப்பாட்டம்? அத்தனை எதிர்ப்பு? அதுவும் எனக்கெதிராக. எதற்காக? என்னை

நானே வெறுக்கவும், எனது ஓநாய் முகத்தை – குடியால் குலைந்தும் சோர்ந்துமிருந்த முகத்தை – உதாசீனப்படுத்தவும் முடிந்ததில் சந்தோஷம். 'குடிகாரி' என்ற வார்த்தையை ஒரு முறைக்கு இருமுறை உரத்துச் சொன்னபடி கண்களைக் கண்ணாடியில் பார்த்தவள், சட்டென்று சிரித்தேன். உண்மையில் எப்படிப்பட்ட குடிகாரி. ஏதோ குடித்ததாகப் பேர் பண்ணிக் கொண்டு இரண்டொரு கோப்பை மது, கன்னத்தில் வாங்கிய அறை, பிறகு தேம்பி அழுதது – எல்லாம் சுலபத்தில் மறக்கக் கூடியதா என்ன? பல் துலக்கிக்கொண்டு, கீழே இறங்கிவந்தேன்.

அப்பாவும் ஆன்னியும் எனக்கு முன்பாக, ஒரு தட்டில் காலை உணவுடன், மேல்தள முற்றத்தில் அருகருகே உட்கார்ந்திருந்தார்கள். இருவருக்கும் பொதுவாக வணக்கம் தெரிவித்துவிட்டு, எதிரே உட்கார்ந்தேன். நேற்று நடந்ததை நினைத்து வெட்கம், அவர்களை நேரிட்டுப் பார்க்கத் தைரியமில்லை. அவர்களிருவரும் அமைதியாயிருக்க வேறுவழியின்றி தலையை நிமிர்த்தினேன். ஆன் முகத்தில் கடந்த இரவின் காதல் சேட்டைகளின் சுவடுகள். இருவரும் புன்னகைத்தனர், முகத்தில் மகிழ்ச்சியின் அறிகுறி. எனக்கும் அவர்களை அப்படிக் கண்டதில் ஆனந்தம். மகிழ்ச்சியென்பது வெற்றியைப் பிரகடனபடுத்தும் காரியம் அல்லது நடந்த தவறுக்குப் பிராயசித்தம் தேடும் முயற்சி.

"என்ன நன்கு தூங்கினாயா?" – அப்பா.

"ஏதோ தூங்கினேன். நேற்றிரவு விஸ்கியைக் கொஞ்சம் அதிகமாகக் குடித்துவிட்டேன்" என்றேன். கோப்பையில் காப்பியை ஊற்றிச் சுவைத்தபிறகு, மேசையில் கோப்பையை வைத்தேன். அவர்கள் காட்டிய அமைதியில் ஒருவித நேர்த்தி. அது எனது பொறுமையை வெகுவாகச் சோதித்தது. நிலை கொள்ளாமல் தவித்தேன்.

"என்ன நடக்கிறது? இரண்டுபேரும் எதையோ என்னிடத்தில் மறைக்கிறீர்கள் என்று நினைக்கிறேன்."

அமைதியாக இருக்க விரும்பியவரைப்போல, அப்பா சிகரெட்டொன்றை எடுத்துப் பற்றவைத்தார். ஆன்னி என்னைப் பார்த்த பார்வையிலிருந்து அவள் சங்கடப்படுகிறாள் என்பதைப் புரிந்துகொண்டேன்.

"உன்னால் ஒரு காரியம் ஆகவேண்டும். அதற்கு உன்னுடைய ஒப்புதல் தேவை" – ஆன்னி.

எனக்கு உள்ளூர பயம். நேற்றைய தினத்தைப்போல இன்றும் அசம்பாவிதமாக ஏதாவது நடக்குமோ?

"என்ன மறுபடியும் எல்சாவிடத்தில் தூது போகணுமா?"

எனது கேள்வியைத் தவிர்க்க நினைத்தவள்போல, அப்பாவைப் பார்க்கிறாள்.

“உன் அப்பாவும் நானும் திருமணம் செய்துகொள்ளலா மென்று நினைக்கிறோம்” – அவள்.

நான் நேராக அவளைப் பார்த்தேன், பிறகு அப்பாவைப் பார்த்தேன். ஒரு நிமிடமிருக்கும், அவரிடமிருந்து சின்னதாய் ஒரு குறிப்பு, ஒரு கண் சாடையை எனக்கு ஆறுதல் அளிக்கும் வகையில் அல்லது கோபமூட்டினாற்கூட பரவாயில்லை என்பதுபோல எதிர்பார்த்தேன். அவர் தம் கைகளைப் பார்த்த படி இருந்தார்.

“உண்மையாகவா?” – கேட்டது நான். எனினும் இப்படி நடக்குமென்று முன்னமேயே தெரியும். அதை வளர்த்த விரும் பாதவள்போல, “நல்ல யோசனை” என்றேன்.

என் தகப்பனாரை நன்கு அறிந்தவளென்ற வகையில், நம்புவதற்குக் கடினமாகவே இருந்தது. திருமணம், பந்தம் போன்ற சொற்களில் நம்பிக்கையற்ற ஒருவர், ஓர் இரவுக்குள் அப்படியொரு முடிவை எடுக்கச் சாத்தியமா? எடுத்த முடிவு எங்கள் வாழ்க்கையைப் புரட்டிப்போடக் கூடியது. இனி எங்களுக்குச் சுதந்திரமென்பதில்லை. வருங்காலத்தில் நாங்கள் மூன்றுபேர். எங்கள் வாழ்க்கை இனி ஆன்னியின் அக்கறையால் சீராகும். புத்திசாலித்தனத்திற்கு உரியதாக அமையும். அப்படி யான வாழ்க்கையைத்தான் அவளிடத்திலிருந்து நானும் எதிர் பார்த்தேன். அறிவுஜீவிகளும், கண்ணியமானவர்களும் நண்பர் களாகக் கிடைக்கக்கூடும். சந்தோஷமான விருந்துகள், நிம்மதி எனக் கற்பனையை வளர்த்துக்கொண்டு செல்ல, அதனைக் குலைப்பதுபோன்று, நான் கலந்துகொண்ட கூச்சலும் குழப்பமு மான விருந்துகளும், தென் அமெரிக்கர்களும், எல்சாக்களும் நினைவுக்கு வந்தார்கள். இறுதியில் சட்டென்று ஒருவித கர்வம் என்னை அணைத்துக்கொள்கிறது. சிவ்வென்று உயர்ந்து நிற்பதுபோல பிரமை.

“ரொம்ப ரொம்ப நல்ல யோசனை.” புன்னகை செய்தபடி அவர்களிடத்தில் மறுபடியும் கூறினேன்.

“என்னோட செல்லப் பூனைக்குட்டி! கேட்டதும், நீ மகிழ்ச்சி அடைவாய் என்று எனக்குத் தெரியும்” – அப்பா.

அப்பாவுடைய முகத்தில் மகிழ்ச்சியும் நிம்மதியும் தெரிந்தன. ஆன்னி முகத்தில் இரவு நடந்த காதல் விளையாட்டு அலுப் பினைக் காணமுடிந்தாலும், கூடவே இதுவரை நான் காணாத அன்பும், வேறு எவரிடமும் கண்டிராத நெருக்கமும் தெரிந்தன.

"செல்லப் பூனையே! இப்படிப் பக்கத்தில் வாயேன்"– அப்பா.

இரண்டு கைகளையும் நீட்டியவர், என்னை இருவருக்கும் இடையில் இழுத்துக்கொண்டார். அவர்கள் முன்னே முழந் தாளிட்டு அமருகிறேன். இருவரின் பார்வையிலும் அன்பின் பெருக்கு சேர்ந்தாற்போலத் தலையில் மெல்ல வருடினர். அந்தக் கணத்திலிருந்து எனது வாழ்க்கை ஒருவேளை முற்றிலும் வேறுபாதையில் திரும்பலாம் என்று நான் நினைக்க, அவர்களைப் பொறுத்தவரையில் நானொரு செல்லப் பூனை, பிரியத்திற்குரிய வீட்டுப் பிராணி. இருவரும் எனது தலைக்குமேலே தொட முடியாத உயரத்தில் இருந்தார்கள். கடந்த காலமோ, எதிர் காலமோ அல்லது நான் அறிந்திராத அல்லது என்னால் நினைவுபடுத்த முடியாத ஏதோவொன்றோ, அவர்களைச் சேர்த்து வைத்திருந்தது. விருப்பதுடன் கண்களை மூடினேன். எனது தலை அவர்களது மடியில். பின்னர் அவர்களோடு சேர்ந்து நானும் சிரிக்கிறேன். வழக்கமான செசிலாக மாறிப் போனேன். தவிர எனக்கதில் மகிழ்ச்சியில்லை என்றும் சொல்ல முடியாது. ஆன்னியை மிகவும் பிடித்திருந்தது. அவளிடத்தில் குற்றங்காண எனக்குக் காரணங்களில்லை. என்னை வழி நடத்தக்கூடியவள் எனது வாழ்க்கைச் சுமைகளை இறக்கி வைக்கவும், இக்கட்டான நேரங்களில் நான் தேர்வு செய்ய வேண்டிய பாதையைச் சுட்டிக்காட்டக் கூடியவள். இனி அவளது காரியங்களுக்கு நான் ஒத்துழைக்கக்கூடும், என்னோடு அப்பாவும் இணைந்துகொள்வார்.

அப்பா எழுந்தார். மகிழ்ச்சியைக் கொண்டாட ஷாம்பெய்ன் போத்தலொன்றை எடுத்துவரச் சென்றார். அவரிடத்தில் ஏற்பட்டிருந்த இந்த மகிழ்ச்சி முக்கியம், நான் மறுக்கவில்லை. ஆனாலும் அவரை நன்கு அறிந்தவளென்பதால் மனதிற்குள் ஒருவித நெருடல், சின்னதாய் ஒரு கசப்பு. காரணம் என்வரை யில் பெண்ணொருத்திக்காக அவர் சந்தோஷத்தில் மிதப்ப தென்பது, புளித்துப்போன காட்சி.

"உன்னை நினைத்தால்தான் கவலையாயிருக்கிறது." – ஆன்னி.

"ஏன்?" இரண்டு பெரியவர்களின் திருமணத்திற்கு எதிராக, எனது வாக்கு இருக்குமென்று அவள் நினைக்கிறாளோ, என்கிற ஐயம் எனக்கு.

"என்னிடத்தில் உனக்கு அச்சமிருக்குமென்று, நினைத்தேன்." சொல்லி விட்டுச் சிரித்தாள்.

நானும் சிரித்தேன், உண்மையில் எனக்கு அவளிடம் பயமிருந்தது. அது அவசியமற்றது என்பதோடு, அதனை அவள்

அறிந்தும் இருந்தாளென்பதைக் குறிப்பால் உணர்த்தி யிருக்கிறாள்.

"இரண்டு வயதானவர்கள் திருமணம் செய்துகொள்வ தென்பது உனக்கு வேடிக்கையாகத் தோன்றவில்லையா?"

"அப்படியென்ன வயதாகிவிட்டது?" எனது வார்த்தைகள் தீர்மானத்துடன் வந்தன. காரணம் ஷாம்பெய்ன் போத்தலுடன் ஆட்டம் போட்டபடி அப்பா திரும்பி வந்துகொண்டிருந்தார்.

ஆன்னி அருகில் தோளில் கைபோட்டபடி அமர்ந்தார். அவள் உடல் அவரோடு ஒட்டிக்கொள்வதைச் சாடையாகக் கவனித்தேன். அவருடைய சிரிப்பு; திடமும், நெருக்கடியான சந்தர்ப்பங்களில் பாதுகாக்கும் வல்லமையுங்கொண்ட அவரது கைகள்; அவரது வீரியம்; அவரது வெதுவெதுப்பு என, ஆன்னி அவரைத் திருமணம் முடிக்கக் காரணங்கள் நிறைய இருந்தன. நாற்பத்தெட்டு வயது, தனிமையினால் ஏற்படுத்தும் அச்சம். ஒருவேளை உணர்ச்சிகளின் கடைசி முயற்சியாகக்கூட இருக்கலாம், யார்கண்டது? ஆன்னியை ஒருபோதும் நான் சாதாரணப் பெண்மணியாக நினைத்ததில்லை. சர்வவல்லமையும் கொண்ட தேவதையாகத்தான் பார்த்தேன். அச்சமழித்து அடைக்கலம் தருபவள், ஞானமும் சௌந்தர்யமும் ஒருங் கிணைந்தவள், தைரியசாலி, உணர்ச்சிக்கு இடம்கொடாதவள் என நிறையச் சொல்லலாம். ஒருவிதச் செருக்கும், எதற்கும் அலட்டிக்கொள்ளாத மனப்பான்மையும் கொண்ட ஆன்னி லார்சனை மணப்பதில் அப்பாவுக்குள்ள கர்வத்தையும் புரிந்து கொண்டேன். உண்மையில் அவளை விரும்பினாரா? அவரது நேசம் உண்மையில் தொடரக்கூடியதா? அப்பாவுடைய இந்தக் காதலுக்கும், நேற்றுவரை எல்சாவின் மீது கொண்டிருந்த காதலுக்குமிருந்த வித்தியாசங்கள்தான் என்ன? கண்களை மூடினேன். வெயிலில் உறைந்துபோனேன். மேல்தளத்தில் மூவருமாக அமர்ந்திருந்தோம். அவரவர் மனதில் சொல்வதற்குத் தயங்கும் விருப்புகள், வெறுப்புகள், பயங்கள், சந்தோஷங்கள்...

ஒருவார காலம் வெகு சீக்கிரமாகக் கழிந்துவிட்டது. ஏழு நாட்களும் உல்லாசம், இனிமை. அவற்றைத் தவிர உலகில் வேறெதுவும் இல்லை என்பதுபோல கழிந்தன. எந்தெந்த இடத்தில் என்னென்ன மரச்சாமான்களை வைக்கலாம் என்றும் அதற்கான நேரங்கள் குறித்தும் முடிவு செய்தோம். அப்பாவும் நானுமாகக் குதூகலத்துடன் ஓய்வில்லாமல், இதற்குமுன்பு அவற்றையெல்லாம் எப்போதேனும் அறிந்திருப்போமா என்கிற நினைவுமின்றிக் கடினமான பலவற்றைச் செய்தோம். இதற்கு முன்பு நாங்கள் அறிந்தவையா இல்லையா என்பது ஒருபுற மிருந்தாலும், அந்தச் செயல்பாடுகளில் உண்மையில், எப்போ

தேனும் நம்பிக்கையோடு பங்கெடுத்திருப்போமா என்பதுதான் கேள்வி. மதிய உணவிற்காக, சரியாகப் பன்னிரண்டரை மணிக்கு ஒவ்வொரு நாளும், அதே இடத்திற்கு வருதல், இரவு உணவைச் சொந்த வீட்டில் சாப்பிடுதல், பிறகு அங்கேயே தங்குதல், இவைகளெல்லாம் தம்மால் முடியுமென்று அப்பா நினைக் கிறாரா? ஓரிடத்திலும் தம்மை நிலைநிறுத்திக்கொள்ளாத அப்பா வின் வாழ்க்கை முறையைக் குழிதோண்டிப் புதைத்துவிட்டு, இனி அனைத்தும் ஒழுங்குபடுத்தப்படும், நடை உடை, பாவனை களில் மேட்டிமைத்தனம் சேர்ந்துகொள்ளும். அப்பாவின் இந்த மாறுதல்கள் அனைத்துமே, என்னைப்போலவே அவரது மனதின் புதிய கட்டுமானத்திற்கு உதவியதென்பதில் எள்ளளவும் சந்தேகமில்லை.

இதோ இன்றைக்கும் அவ்வனுபவத்தை மீண்டும் ருசித்திட, அந்த ஏழுநாட்களில் நடந்தவற்றை மனதில் புதைத்து அவ்வப் போது தோண்டிப் பார்க்கிறேன். ஆன்னிக்கு, துலக்கமான முகம். நம்பிக்கைக்குரியவள். பழகுவதற்கு மிகவும் இனியவள். எனவே அப்பா விரும்பினார். ஒவ்வொரு நாளும் காலையில், அணைத்தபடி, மிக நெருக்கமாய் சிரித்தவண்ணம், கருவளையங் களிட்ட கண்களோடு அவர்கள் இறங்குவதைப் பார்ப்பேன். வாழ்க்கை முழுதும் அக்காட்சி தொடருமென்று சத்தியமாகச் சொல்கிறேன். மாலையில் பெரும்பாலும் கடற்கரைக்குச் சென்று வருவதும், மேல்தளத்தில் அமர்ந்து சாப்பிடுமுன் கொஞ்சம் மதுகுடிப்பதும் வழக்கம். பார்க்கிறவர்கள் எல்லோரும் எங்களை ஏதோ, நெருக்கமான சராசரிக் குடும்பமென நினைத்தார்கள். எனக்கு அப்பாவோடு வெளியில் செல்வதும், எதிர்ப்படும் மனிதர்களின் புன்னகை, பொறாமை மற்றும் பரிதாபத்தைச் சம்பாதிப்பதும் வழக்கமாகிப்போனது. சொல்லப்போனால் மீண்டும் என்வயதுக்குரியவளாக மாறிப்போனதில், மகிழ்ச்சி தான். திருமணத்தைக் கோடை விடுமுறைக்குப் பிறகு பாரீஸில் நடத்துவதென்று தீர்மானிக்கப்பட்டிருந்தது.

பாவம் சிரில்! அவனுக்கு எங்கள் மனதிலேற்பட்டிருந்த திடீர் மாற்றங்களை ஏற்றுக்கொள்வதற்குக் கடினமாக இருந்தது. எனினும் நாங்கள் எடுத்திருந்த முடிவினால் அவனுக்கும் மகிழ்ச்சி. நாங்களிருவரும் கூட்டாக மீண்டும் படகு விளை யாட்டைத் தொடர்ந்தோம். ஆசை வந்தபோதெல்லாம், கட்டித் தழுவினோம். சிலவேளைகளில் அவன் உதடுகள் என்னுடைய வற்றோடு பதிகின்றபோது, அவனது முகம் ஆன்னியை நினை வூட்டியது. அந்த முகம், காதல் வித்தைகள் காரணமாக, காலை நேரத்தில் கசங்கியும், நிதானமும், இன்ப அயர்ச்சியும் கொண்ட முகம், அம்முகத்தின்மீது எனக்கும் கொள்ளை ஆசை. முத்தங்கள் முடிவுக்கு வந்தன. சிரில் என்னைத் தீவிரமாகக் காதலிக்காம

லிருந்தால் ஒருவேளை அந்த வாரத்தில் நான் அவனது ஆசை நாயகியாகக்கூட இருந்திருப்பேன்.

மணி ஆறிருக்கும். தீவிலிருந்து திரும்பியிருந்தோம். சிரில் படகைத் தண்ணீரிலிருந்து இழுத்து கரைக்குக் கொண்டு வந்தான். அடர்ந்திருந்த ஊசியிலை மரங்கள் வழியாக வீட்டிற்குத் திரும்பினோம். எங்கள் உடம்பிற்குக் கொஞ்சம் கதகதப்பு தேவைப்பட்டது. ஒருவகையான சிவப்பிந்தியர் விளையாட்டொன்றை நாங்களாக உருவாக்கினோம். வீட்டை அடைவதற்கு முன்பாக எப்படியும் பலமுறை என்னைப் பிடித்திருப்பான். ஒவ்வொரு முறையும் என்மீது விழுந்து, கெலித்துவிட்டேனென்று கத்துவான். என்னை ஊசிமர இலைகளில் வைத்துக் கட்டிப் புரளுவான். எனது கைகளையும் கால்களையும் கட்டிப் போடுவான், முத்தமிடுவான். ஆசுவாசமாயும் பலவீனமாயும் வெளிப்படும் அவனது முத்தங்களுக்குள்ள ருசியை இன்றைக்கும் என்னால் நினைத்துப் பார்க்க முடிகிறது. எனது இதயத்தோடு அவனது இதயம், இரண்டின் துடிப்பும், தூரத்தில் கரையைத் தழுவும் அலைகளின் ஓசையோடு இணங்கிப்போகும் ஒன்று, இரண்டு, மூன்று, நான்கு இதயத்தின் துடிப்புகள், தொடர்ந்து கடற்கரை மணல்மீது விழுகின்ற அலைகளெழுப்பும் சன்னமான ஓசை ஒன்று, இரண்டு, மூன்று . . . ஒன்று: மீண்டும் மூச்சினை உள்வாங்கி சுவாசிக்கத் தொடங்குவான். அளவெடுத்ததுபோல அழுந்த முத்தமிடுவான். இதுவரை கேட்ட, கடலோசை சட்டென்று அடங்கிப்போக, செவிகளில் வேகமாய் அடியெடுத்து வைத்து பின்னர் தொடர்ந்து ஓடும் எனது குருதி எழுப்பும் ஓசை.

ஒருநாள் மாலை எங்களிருவரையும் ஆன்னியின குரல் பிரித்தது. அந்த நேரம் சிரில் என்மீது படிந்திருந்தான். அந்தி சாயும் நேரம் சிவந்தும் இருண்டும் இருந்த பொழுது இருவருமே அரை நிர்வாணத்தில் இருந்தோம். எங்களைத் தவறாக நினைக்க ஆன்னிக்கு வேறென்ன ஆதாரம் வேண்டும்? மிகச்சுருக்கமான குரலில் என் பெயரைச் சொல்லி அழைத்தாள்.

சிரில் துள்ளி எழுந்தான். நடந்த சம்பவத்திற்கு வெட்கப் படுவதுபோல நடந்துகொண்டான். பிறகு என்னுடைய முறை. நானும் ஆன்னியைப் பார்த்தபடி மெதுவாக எழுந்தேன். சிரில் பக்கம் திரும்பியவள், மென்மையான குரலில் அவனிடத்தில் பேசினாள், ஏதோ அவனைப் பார்க்காமலேயே பேசுவதுபோல.

"இனி நீ என் கண்ணில் படக்கூடாது" என்றாள்.

அவனிடமிருந்து பதிலேதுமில்லை. என்மீது சாய்ந்தவன், தோளில் முத்தமிட்டுவிட்டு போய்விட்டான். அவனது செய்கை என்னை வியப்பிலாழ்த்தியது ஏதோ எங்களிருவருக்கும் இடை

யேயான ஒப்பந்தமாக அச்செய்கையைக் கருத்திற்கொண்டு நெகிழ்ந்துபோனேன். சிறிதுநேரம் என்னையே கவலையுடன் பார்த்துக்கொண்டிருந்த ஆன்னி, அடுத்த கணம் தனது பார்வையை வேறு திசைக்கு மாற்றிக்கொண்டாள், ஏதோ இதைக்காட்டிலும் வேறு முக்கிய அலுவல்கள் அவளுக்கு இருப்பதுபோல. எனக்குக் கோபம் வந்தது. அவளுக்கு நினைக்க வேறு விஷயங்கள் இருப்பின், இப்படியெல்லாம் பேசியிருக்கக் கூடாது. ஒரு நாகரிகங்கருதி, நடந்தவற்றுக்கு நானும் பொறுப்பு என்பதைப்போல அவளை நோக்கி நடந்து சென்றேன். என் கழுத்தில் தைத்திருந்த ஊசியிலையொன்றை எந்திரம்போல எடுத்தெறிந்தவளின் பார்வை உண்மையிலேயே என்மீது படிந்திருந்தது. அம்முகம் அலட்சியம், அலுப்பு, மறுப்பென்கிற முகமூடியை கழட்டுகிறது, அடுத்த கணம் இதுவரை நான் காணாத அழகு. அதனைக் கண்டதும் எனக்கு ஒருவித பயம்.

"இம்மாதிரியான விளையாட்டெல்லாம் கடைசியில் மருத்துவமனையில்தான் கொண்டுபோய் நிறுத்திவிடுமென்பது உங்களுக்குத் தெரிந்திருக்கவேண்டும்" என்றாள்.

கண்கள் ஏறிட்டு என்னைப் பார்க்க, நின்றபடி என்னிடம் பேசினாள். எனக்கு மிகவும் எரிச்சலாக இருந்தது. அவள், நேரிட்டும், அசைந்து கொடுக்காமலும் பேசும் பெண்களினத்தைச் சேர்ந்தவள். எனக்கோ ஒரு நாற்காலி தேவை. நான் விழுந்து விடாமலிருக்க, பிடிப்பதற்குக் கைக்கெட்டும் தூரத்தில் ஏதேனும் வேண்டும். குறைந்த பட்சம் ஒரேயொரு சிகரெட் – எனது கால்களின் ஆட்டத்தைத் தவிர்க்க, அல்லது அந்த ஆட்டத்தைப் பார்க்க ...

"எதையாவது கற்பனை பண்ணிக்கொள்ள வேண்டாம்" – மெல்லச் சிரித்தபடி கூறினேன். "சிரிலை வெறுமனே முத்த மிட்டேன். அவ்வளவுதான். அதற்கெல்லாம் மருத்துவமனைக்குப் போகவேண்டியிருக்குமென்று நான் நினைக்கவில்லை ..."

"தயவுசெய்து நான் சொல்வதைக் காதில் வாங்கு. இனி அவனை நீ பார்க்கக்கூடாது." அவளுக்கு நான் பொய் சொல் வதாக நினைப்பு. "எதிர்த்து எதுவும் பேசாதே. உனக்குப் பதினேழு வயசு, இப்போதைக்கு ஒருவகையில் நானும் உனது நல்லது கெட்டதுக்குப் பொறுப்பு. உன்னுடைய வாழ்க்கை வீணாகிப் போவதை என்னால் அனுமதிக்க முடியாது. தவிர உனக்கு நிறைய படிக்கவேண்டியிருக்கிறது. இனி மதியத்துக்குப் பிறகு அதைக் கவனிக்கவே உனக்கு நேரம் சரியாக இருக்கும்."

சொன்னவள் சட்டென்று திரும்பினாள். முதுகை எனக்குக் காட்டியபடி, வீட்டை நோக்கி எப்போதும்போல மந்தகதியில்

நடந்து சென்றாள். அதிர்ச்சியிலிருந்து மீளமுடியாமல் காலில் வேர்விட்டதுபோல அசையாமல் நின்றேன். வேறென்ன, மனதிலிருப்பதைப் போட்டு உடைத்திருக்கிறாள். எனது வாதங்களில், எனது மறுப்புகளில் அக்கறையற்ற மனோபாவம். இதைக்காட்டிலும் என்னிடத்தில் அவள் அலட்சியமாக இருந்திருக்கலாம். அவளுக்கு எனது இருப்பென்பது ஒரு பொய். அப்படி ஏதேனும் உண்டென்றாலும் அதை வளர விடக்கூடாது. அதற்கான வழிகள் என்னென்ன உண்டோ அதனைச் செய்தாகவேண்டும். ஆனால் முடியுமா? நான் அனுமதிப்பேனா? செசில் என்ற என்னை இன்று நேற்றல்ல, எத்தனைக் காலமாக அறிவாள். என்னை இப்படித் தண்டித்து அவளையும் வருத்திக் கொண்டிருக்கவேண்டும். நடந்து முடிந்த சம்பவத்தில் எனக்கான ஒரே ஆறுதல் அப்பா. அவர் அநேகமாக வழக்கம்போல நடந்துகொள்ளலாம்: “செல்லப் பூனை, சொல் . . . யாரந்தப் பையன்? குறைந்தபட்சம் கண்ணுக்கு லட்சணமா இருப்பானில்லையா? நோய்நொடிண்ணு இல்லாமல் உடம்பைப் பத்திரமா வைத்திருக்கிறான் இல்லையா? மோசமான பையன் களும் இருக்கிறார்கள் என்பதை மறந்துவிடக்கூடாது செல்லம். கவனமாக இருக்கத் தெரியவேண்டும்.” இப்படித்தான் அவர் நிச்சயம் நடந்துகொள்ளவேண்டும், இல்லையென்றால் என்னுடைய விடுமுறை அன்றைக்கே முடிந்ததாகக் கொள்ள வேண்டியதுதான்.

அன்றைய தினம் இரவுஉணவுவேளை நரகவேதனையாகக் கழிந்தது. ஆன் என்னிடத்தில் எந்நேரமும், “உன்னுடைய அப்பாவிடத்தில் மூச்சு விடமாட்டேன், கோள்மூட்டுபவளென்று என்னை நினைக்காதே. ஆனால் இந்த முறை நன்றாகப் படித்துத் தேர்வில் வெற்றி பெற்றாகணும் என்பதில் உறுதியாக நிற்கணும்” என்று சொல்லிக்கொண்டிருந்தாள். இப்படியான கணக்குகளுக்கு அவள் புதியவள். அவள்மீது வருத்தமென்றாலும், அந்த யோசனையை வரவேற்றேன். அவளை அலட்சியப்படுத்த நானெடுத்த முடிவு. பிறரைப் போலவே, பேசுகிறபோது தவறுதலாக எதையும் சொல்லிவிடக்கூடாது என்பதுபோல, ஆரம்பத்தில் கவனமாக இருந்தாள். ஆனால் சூப் சாப்பிட்டு முடித்ததும், நடந்த சம்பவம் நினைவுக்கு வந்தது போலப் பேச ஆரம்பித்தாள். “ரெமோன் .. உங்கப் பெண்ணுக்கு நல்ல சில புத்திமதிகள் தேவைப்படுதுண்ணு நினைக்கிறேன். ஊசி மரங்கள் தோப்பிலே சிரிலோட சாயந்திரம் அவளைப் பார்த்தேன். இதுதான் முதலும் கடைசியுமா இருக்குமென்றும் நினைக்கிறேன்.”

அப்பா, பாவம் அதனை வேடிக்கையாக எடுத்துக் கொண்டார்.

"என்ன சொல்கிறாய்? அவர்கள் என்ன செய்து விட்டார்கள்?"

"என்ன செய்தேன்? அவனை முத்தமிட்டேன்... ஆனால் ஆன்னி நினைப்பது..."

"நான் எதையும் நினைக்கவில்லை" – ஆன் குறுக்கிட்டாள். "கொஞ்ச நாளைக்கு அவனைப் பார்க்காமலிருந்தால், வர விருக்கும் தேர்வுக்காகத் தத்துவப் பாடத்தில் கவனம் செலுத்த முடியுமென்று சொல்கிறேன்."

"விடு... அவள் சின்னப் பெண். தவிர சிரிலும் நல்ல பையன் தான். வீண் கவலைகள் எதற்கு?"

"அவன் மட்டுமல்ல, செசில்கூட நல்ல பெண்தான். அதற்காகத்தான் பயப்படுகிறேன். இங்கு இவளுக்கு எல்லாச் சுதந்திரமும் இருக்கிறது. அந்தப் பையனும் எந்த நேரமும் அவள் பின்னாலேயே சுற்றிக்காண்டிருக்கிறான். இருவருக்கும் வேறு வேலைகளும் இருப்பதாகத் தெரியவில்லை. அப்படி யிருக்கிறபோது நடக்கக்கூடாதது எதுவும் நடந்துவிடுமோ என்று அஞ்சுகிறேன். ஏன் உங்களுக்கு அந்த அச்சமில்லையா?"

"ஏன் உங்களுக்கு அந்த அச்சமில்லையா?' என்ற குரலின் தொனி, என்னை நிமிர்ந்து பார்க்க வைக்கவும், அப்பா தனது தலையைக் குனிந்துகொள்ளவும் காரணமாயிற்று. அப்பாவை அந்தத் தொனி சீண்டியுமிருந்தது.

"நீ சொல்வதும் ஒருவிதத்தில் நியாயந்தான். செசில் நீ படிப்பில் கவனம் செலுத்தியாகணும் தத்துவப் பாடத்தை மறுபடியும் செய்யணுங்கிற எண்ணமில்லையா?"

"சொல்லுங்க, இப்போ அதை மறுபடியும் எழுதி என்ன சாதிக்கப்போகிறேன்?" எனது பதில் சுருக்கமாக வெளிப்பட்டது.

ஒரு சில நொடிகள் என்னைப் பார்த்த அப்பா, என்ன நினைத்தாரோ முகத்தைத் திருப்பிக்கொண்டார். எனக்கு மிகவும் குழப்பமாக இருந்தது. உண்மையில் என்னைக் காப்பாற்றிக்கொள்ளத் தேவையற்ற விவாதத்தில் இறங்கு வதைக்காட்டிலும், ஒதுங்கிக்கொள்வதே வாழ்க்கைக்கு உதவக் கூடுமென்று தீர்மானித்தேன்.

"செஸில் யோசித்துப்பார்" ஆன்னி மேசைமீதிருந்த எனது கையைப் பிடித்துக்கொண்டவள், தொடர்ந்தாள். "நல்ல பள்ளிச் சிறுமியாய் இருப்பதை விட ஒரு மாத காலம் ஊசியிலை மரங்களிடையே விளையாடும் விளையாட்டு பெரிதா என்ன? ம்..."

ஆன்னியின் பார்வை என் மீதிருந்தது. அப்பாவும் சிரித்த படி என்னைப் பார்த்தார். அன்றைய தினம் எங்களுக்குள் தொடங்கிய விவாதத்தை மிகவும் அற்பமானதென்றுதான் சொல்லவேண்டும். எனது கையை மெல்ல அவளிடமிருந்து இழுத்துக்கொண்டேன்.

"ஆமாம், எனக்கு அந்த விளையாட்டுப் பெருசுதான்."

எனது பதில் சன்னமாகத்தான் ஒலித்தது, அவர்கள் காதில் விழக்கூடாது என்பதுபோல. ஒருவேளை அவர்களுக்கும் நான் சொன்ன பதிலில் ஏதும் ஆர்வமில்லையோ என்னவோ? மறுநாள் காலை தத்துவவாதி பெர்க்சனுடைய வாக்கிய மொன்றைப் புரிந்துகொள்ளப் போராடினேன். அதன் சாரத்தை உணர ஒரு சில நிமிடங்கள் தேவையாயிருந்தன. "முதலாவதாக காரியத்திற்கும் காரணத்திற்குமிடையே, ஒரு சில தனித்துவமற்ற காரணிகளிருக்கின்றன என்பதை நாம் அறியமுடிகிறது, தவிர 'இது' 'இதனால்தான்' எனத் தீர்மானிப்பதற்குக் குறிப்பிட்ட விதிமுறையேதுமில்லை என்கிறபோதிலும், ஒரு மனித உயிரின் மூல உந்துசக்தியோடு கொள்கிற நமது தொடர்பு எதுவாயினும், அது மானுடத்தை நேசிக்கும் பலத்தினை நமக்கு அளிக்கவல்லது." இந்த வாக்கியத்தை முதலில் நிதானமாக, மெல்லிய குரலில் வாசித்தேன். பிறகு சற்று உரத்த குரலெடுத்து வாசித்துப் பார்த்தேன். தலையைக் கைகளினால் முட்டுக்கொடுத்தபடி வெகு கவனமாக வாசித்தேன். கடைசியில், முதல் வாசிப்பின் முடிவில் எப்படியிருந்தேனோ அதே குழப்பத்துடன், ஆதரவற்ற மனநிலையில் இருக்கிறேனென்பது புரிந்தது. தொடர்ந்து அவ்வாக்கியங்களையே வாசித்துக்கொண்டிருக்க முடியாத வளாய், கவனமெடுத்துக்கொண்டு, அக்கறையுடன் அடுத்த வரிகளைத் தொடர்ந்து வாசித்தேன். சட்டென்று என்னுள் எழுந்த ஏதோவொன்று காற்றுக்குண்டான வேகத்துடன் கட்டிலில் எறிந்தது. முதலில் சிரிலை நினைத்துக்கொண்டேன். பொன்னிறமான வளைகுடா நீரில், தாலாட்டும் படகுடன் நிற்கிறான். அடுத்து அவனது முத்தங்களை நினைத்து மகிழ்கிறேன். பிறகு நினைப்பு ஆன்னிமீது தாவுகிறது. தொடர்ந்து கட்டில் மீது, மார்பு வேகமாய்த் துடிக்க அமர்ந்திருப்பது போலவும், 'ச்சீ இத்தனை அருவருப்பான, மோசமான நினைப்பெல்லாம் தேவையா? சோம்பேறி! உருப்படாதவள்! இப்படியெல்லாம் கற்பனை செய்ய எனக்கு என்ன உரிமையிருக்கிறது?' நான் கூடாதென்று நினைத்தபோதும், மீண்டும் ஏதேதோ எண்ணங்கள் பற்களைக் கடித்துக்கொண்டு மதிய உணவின்போது இருந்தது நினைவுக்கு வந்தது. தோற்றதால் வந்த கோபம், எரிச்சல், நான் நிந்திக்கும் உணர்வு, நினைத்துப்பார்க்க வெட்கமாக இருக்கிறது ... ஆம் ஆன்னியைக் குறைசொல்ல அவைதான்

காரணம், என்னை நானே வெறுக்கவும் அவளே காரணம். உண்மையில் எனது உலகம் தனி உலகம் அங்கே நான் மகிழ்ச்சியானவள், பிரியத்திற்கு உகந்தவள், கவலைகளற்றவள். அவளால் இன்றைக்கு நிந்திக்கக்கூடிய, கெடுமதிகொண்ட, சுயபரிசோதனைக்குத் தன்னை உட்படுத்திக்கொள்ள இயலாத, அதிவேகமான ஓர் உலகத்தில் இருக்கிறேன். நான் நானாக இல்லை. அதுதான் உண்மை. எனக்கென்று என்ன கொண்டு வந்தாள்? கூட்டிக் கழித்துப்பார்த்தேன்: அவளுக்கு என் தகப்பனார் வேண்டியிருந்தது, எடுத்துக்கொண்டாள். ஒரு சில நாட்களில் எங்களிருவரையும் முறையே ஆன்னி லார்சனுடைய கணவன், ஆன்னி லார்சனுடைய மகள் என்று மாற்றவிருந்தாள். அதாவது இனி அவளது காவலில் நாங்கள். இனி நான் நல்ல பெண்ணாக மாத்திரமல்ல வாழ்க்கையைச் சந்தோஷமாகவும் பார்க்கக்கூடும். ஒருவகையில் ஆறுதலாகவும் இருந்தது, எதிலும் மிதமிஞ்சிய ஆட்டம்போட்டுக்கொண் டிருந்த அப்பாவும் நானும் இனி அவளது விரலசைவுக்கு, பொறுப்புகளேதுமற்று அடங்கிப்போகக்கூடும். அவள் மிகவும் சாமர்த்தியக்காரி. இல்லையெனில் அப்பாவை அதற்குள் கைக்குள் போட்டிருப்பாளா? அவர் முன்பு போல இல்லை, உணவின் போது அவர் நடந்துகொண்ட விதம் நினைவுக்கு வந்தது: கொஞ்சம் கொஞ்சமாக என்னிடத்திலிருந்து விலகிக் கொள்ளும் மனோபாவம், முகத்தில் கலவரம், நேரான பார் வையைத் தவிர்ப்பது தெரிந்தது. புரிந்துகொண்டபோது மனம் தவித்தது, வேதனையில் துடித்தேன். பழசையெல்லாம் கிளறிப் பார்த்து அழவேண்டும்போலிருந்தது. அப்பாவும் நானுமாகச் சேர்ந்துகொண்டு ஆடிய ஆட்டமும்; அதிகாலை நேரங்களில், வெறிச்சோடிகிடக்கும் பாரீஸ் வீதிகளில் காரில் போட்ட கும்மாளமும் எத்தனையெத்தனை. எல்லாம் முடிந்தன. இனி என் பங்கிற்கு நானும் ஆன்னி சொல்கிறபடி கேட்கவேண்டும், அவள் ஆட்டுவிக்கிறபடி ஆடவேண்டும், அவள் கைகாட்டும் திசையில் செல்லவேண்டும். எனது முயற்சிகளென்று ஏதுமில்லை யென்பதால், எனக்குள்ள சிரமங்கள் இனி குறையலாம். எதையும் சாதுரியமாகவும், வேடிக்கையாகவும், பக்குவமாகவும் கையாளக் கூடிய வல்லமை அவளுக்குண்டு, அதை எதிர்க்கின்ற வலலமை எனக்கில்லை. அடுத்த ஆறுமாதங்களில் வல்லமையென்ன, அவளை எதிர்க்க வேண்டுமென்கிற எண்ணமேகூட தோன்றாமல் போகலாம்.

இப்படி எத்தனை நாட்களுக்கு? கூடாது. ஏதேனும் செய்தாக வேண்டும். எனது இறந்தகாலத் தந்தையை எழுப்பியாக வேண்டும். எங்கள் கடந்தகால வாழ்க்கையை மீட்டாகவேண்டும். முரண்பாடுகளும் சந்தோஷமும் கொண்ட எனது அண்மைக்

கால வாழ்க்கையில் அல்லது அன்றைக்கொருநாள் அத்தனை சீக்கிரம் துறக்கத் துணிந்த எனது கடந்த இரண்டாண்டுகால வாழ்க்கையில் மாத்திரம் வசீகரங்களுக்குக் குறைவா என்ன? சிந்தனையில் சுதந்திரமிருந்தது: அது அற்பமானதாகவும் இருக்கலாம், சொற்பமானதாகவும் இருக்கலாம். பிறகு எனது வாழ்க்கையை நானே தீர்மானிக்கும் சுதந்திரம், என்னை நானே தீர்மானிக்கும் சுதந்திரம், என்னை நானே தீர்மானிக்கும் சுதந்திரமென்பது, எனது 'இருப்புச் சுதந்திரம்' பற்றியதல்ல. ஏனெனில் நான் களிமண். என்ன பொம்மை என்பதை நான் தீர்மானிப்பதில்லை, பிடிக்கின்ற கைகளைச் சார்ந்தது. இதில் அபத்தம் என்னவென்றால், பிடிக்கிற கைகளும் என்னை உதாசீனப்படுத்தின.

இந்த எனது மனப்போராட்டத்திற்கு எத்தனையோ குழப்பமான காரணிகள். ஒரு சிலர் என்னிடமுள்ள சிக்கல் நிறைந்த குணங்கள் அதற்குப் பொறுப்பென்று சொல்லக்கூடும். ஒரு தந்தையிடத்தில் மகளுக்குள்ள முறையான அன்பு ஒரு பக்கம், ஆன்னியிடத்திலுள்ள முறையற்ற தவறான அன்பு இன்னொரு பக்கம். இரண்டுக்குமான காரணங்களை அறிந்தே இருக்கிறேன். அக்காரணங்களில் முதலாவதாக இருப்பது தகிக்கும் எனது உடல், இரண்டாவதாக வருவது தத்துவவாதி பெர்க்ஸன், மூன்றாவதாக சிரில். ஆனால் சிரில் பற்றிச் சொல்லும்போது, 'அவன் அருகில் இல்லாதது' என்று பொருள் கொள்ளவேண்டும். பின்னேரம் முழுதும் எனது நினைவில் வரிசையாக ஏதேதோ கசப்பான படிமங்கள் அதன் முடிவில் புரிந்துகொண்டது, 'இனி எங்கள் எதிர்காலம் ஆன்னியின் தயவில்தான் இருக்கிறது' என்பது. யோசிப்பதற்கு மூளையைச் செலவிடும் பழக்கம் எனக்கில்லை. காரணம் எனக்கது எரிச்சலூட்டும் வேலை.

மீண்டும் உணவருந்த நாங்கள் அமர்ந்தபோது, காலையில் நடந்துகொண்டது போலவே வாய் திறவாமலிருந்தேன். அப்பாவுக்கோ, இறுக்கத்தைக் குறைக்க நகைச்சுவையாய் ஏதேனும் பேசியாக வேண்டும்.

"இளம்வயதுப் பிள்ளைகளிடத்தில் எனக்குப் பிடித்ததென்று சொன்னால், அவர்களது பேச்சும், உற்சாகமும் . . ."

அவரைக் கடுமையாகப் பார்த்தேன். கோபமும் இருந்தது. உண்மை, அவர் இளமையை விரும்பினார். நான் மறுக்கவில்லை. என்னோட உரையாடல் பற்றிப் பேசுகிறார். இவரிடத்திலில்லாமல் யாரிடத்தில் நான் பேசியிருக்க முடியும்? ம். எதைப் பேசவில்லை? காதல், இறப்பு, இசை எல்லாவற்றையும் பேசியதுண்டுதான். எனது ஆயுதங்களைப் பறித்துவிட்டு,

நிராதரவான நிலையில் நிறுத்தியிருக்கிறார். மனதிற்குள்ளாக, "அப்பா, நீங்கள் முன்னைப்போல என்னை விரும்புவதில்லை, என்னை ஏமாற்றிவிட்டீர்கள்" எனக் கூறிக்கொண்டேன். வாய்விட்டு எதையும் சொல்லாமலேயே என்னை அவர் புரிந்துகொள்ள வேண்டுமென்று முயற்சித்தேன். மனதிற்குள் பெரிய போராட்டம், வெடித்து அழுதுவிடும் நிலையில் நான். அப்பா என்னைப் பார்க்கிறார், சட்டென்று சுதாரித்துக் கொண்டார், நடப்பதெதுவும், வேடிக்கைக்கானதல்ல என்பது உறுத்தியிருக்க வேண்டும். எங்களது பரஸ்பர உறவில் ஏற்பட்டுள்ள விரிசலை உணர்ந்திருக்க வேண்டும். உறைந்து போனவர்போலப் பேசாமலிருந்தார். முகத்தில் கேள்விக்குறி. ஆன்னி எனது பக்கம் திரும்பினாள்.

"உனக்கு என்ன ஆச்சு? ஏன் ஒரு மாதிரியாய் இருக்கிறாய். தேர்வுக்காக உன்னைக் கொஞ்சம் கடுமையாக உழைக்கச் சொன்னதில் எனக்கும் வருத்தமிருக்கு."

நான் பதில் சொல்லவில்லை. இப்படியொரு நாடகத்தை அரங்கேற்றத் தெரிந்த எனக்கு, எப்படி முடிக்கப் போகிறேன் என்பது தெரியாமலிருந்தது. என்னை நானே திட்டிக்கொண் டேன். ஒருவழியாகச் சாப்பிட்டு முடித்தோம். அங்கிருந்து பார்க்க முற்றத்தில், உணவறைச் சன்னல் ஏற்படுத்தியிருந்த செவ்வக ஒளித் துண்டொன்று தெரிந்தது. அதிலே உயிர்ப் புடன் நீண்ட கரம் – ஆன்னியுடையது – முன்னும் பின்னுமாய் அசைந்தது, பின்னர் அப்பாவுடைய கரத்தினைத் தேடிப் பிடித்தது. சிரிலை நினைத்துக்கொண்டேன். சில்வண்டுகள் ரீங்காரமிட, நிலவொளியின் கீழ், முற்றத்தில், அவனுடைய கைகளில் கட்டுண்டு கிடக்க ஆசை. தழுவப்படவும், அரவணைக் கப்படவும் மனம் அலைந்தது. என்னை நானே தேற்றிக்கொண் டேன். அப்பாவும் ஆன்னியும் அமைதியாக இருந்தார்கள்: அவர்கள் காதல் விளையாட்டை எதிர்பார்த்து இரவொன்று காத்திருந்தது. என்னை எதிர்பார்த்துக் காத்திருப்பதோ பெர்க்சன். மனமுடைந்து கதறவேண்டும், ஓவென்று அழவேண்டும் போலி ருக்கிறது. முயற்சித்தேன், பலனில்லை. ஆன்னியை ஒருநாள் வெல்ல முடியுமென்கிற நம்பிக்கையில், ஏற்கனவே மனமுடைந்து கதறியிருக்கிறேன் என்கிறபோது மீண்டுமொருமுறை எனக்காகக் கூட அழுவதென்பது எப்படி சாத்தியம்?

❖

7

அதற்குப் பிறகு நடந்தவற்றைத் தெளிவாக என்னால் நினைவுப்படுத்த முடிகிறதை நினைத்தால் ஆச்சரியமாகத்தான் இருக்கிறது. என்னிடத்தில், பிறரிடம் காணாத, ஏன் என்னிடத்திலேகூட இதுவரை அறியாத வகையில், மனது தெளிவாக இருந்தது. எதற்கும் நான் முந்தியென்கிற மனோபாவமும் வெளிப்படையான சுய நலமும் இயற்கை எனக்களித்த வரம். எனது வாழ்க்கை அப்படித்தான் இருந்துவந்தது. ஆனால் கடந்த சில தினங்களாக என்ன நடந்தது? எனக்கு அதிர்ச்சி தரவேண்டும், அதன்மூலம் நானும் கொஞ்சம் மூளையைக் கசக்கிக் கொள்ளவேண்டும், பிரச்சினைகளைச் சமாளிக்க வேண்டும் என்பது போலத்தானே காரியங்கள் நடந்தன. ஒருவகையில் எனது சுயபரிசோதனைக்கான வாய்ப் பென்பதால், என்னைத் தேற்றிக்கொள்ளாது அதற்காவே அத்தனை மன வலிகளையும் சகித்துக்கொண்டேன்.

"ச்சே... ஆன்னி மீது எனக்கிருக்கும் அபிப்ராயங்கள் மட்டமானவை, அபத்தமானவை. அவளை அப்பா விடமிருந்து பிரிக்கவேண்டுமென்று கங்கணம் கட்டி யிருக்கிறேனே, அதைப்போல மோசமானவை..." சரி, அப்படியென்ன நடந்துவிட்டது? எதற்காக என்னை நானே விமர்சித்துக் கொள்ளவேண்டும், சொல்லுங்கள். சராசரி பெண்ணென்கிற வகையில் எனக்கும் நெருக் கடிகளை விருப்பப்படி சந்திக்கிற உரிமை உண்டா இல்லையா? எனது வாழ்க்கையில், அப்போதுதான் முதன்முதலாக 'என்னை'ப் பங்குபோட்டுக் கொள்ளும் இன்னொன்றை அல்லது இன்னொருத்தியைச் சந்திக் கிறேன். அந்தச் சக்களத்திச் சண்டையை இப்போது நினைத்தாலும் அதிசயமாகவிருக்கிறது. என்ன

சொன்னேன்? எதற்காக என்னை நானே நிந்தித்துக்கொள்ள வேண்டும் என்றா? என்னை நானே விமர்சித்துக்கொள்ளக் காரணங்களும் இருக்கத்தான் செய்தன. அவற்றை மெல்ல முணுமுணுக்க 'எனது இன்னொருத்தி' சிலுப்பிக்கொண்டு எழுந்தாள். எனக்கெதிரே என் பிரதியாக நின்றபடி, எனது காரணங்களை மறுக்கிறாள், அவை நியாயமானவைபோல தோற்றமளித்தபோதிலும், அதில் உண்மையில்லை என்கிறாள். என்னை நானே குழப்பிக்கொள்கிறேனாம்! நீங்களே சொல்லுங்கள், உண்மையில் எங்களிருவரில் யார் ஏமாற்றுவது, யார் குழப்புவது? அந்த இன்னொருத்திதானே? நமது குறைகளை மூடிமறைக்கும் சாமர்த்தியம், நாம் செய்யும் தவறுகளைக் காட்டிலும் மோசமானவை இல்லையா? ஆன்னி மீது எனக்குள்ள இந்தப் பயமும் பகையும் உண்மையில் நியாயமானது தானா? அல்லது ஒருவேளை நான்தான் சுதந்திரம் என்ற சொல்லைத் தவறாகப் புரிந்துகொண்டிருக்கும், சுயநலமும் அற்பத்தனமும் கொண்ட சின்னப்பெண்ணா? எனது அறையில் அமர்ந்து மணிக்கணக்கில் யோசித்தும் எந்த முடிவுக்கு வராமல் குழம்பினேன்.

இந்தநிலையில், எனது உடம்பு ஒவ்வொரு நாளாக மெலிந்துகொண்டு போனது. தினந்தோறும் கடற்கரைக்குப் போவதும், மணலில் படுத்துக் கிடப்பதுமாக இருந்தேன். உணவுண்ணும் நேரங்களில், எனது இயல்பிற்கு மாறான அமைதியைக் கடைப்பிடிக்க, கடைசியில் அவர்கள் என்னிடத்தில் கோபம்கொள்ளும் நிலைக்குக் கொண்டுசென்றது. ஆன்னியை அமைதியாக, உளவுபார்ப்பவளைப்போல பார்த்துக் கொண்டிருந்தேன். சாப்பிட்டு முடியும்வரை என்னை வியப்பிலாழ்த்தும் வகையில் ஏதேதோ எண்ணங்கள் – "அப்பாவிடம் அவள் காட்டும் பரிவும் நெருக்கமும், காதலல்லாமல் வேறென்ன? இனியொருபோதும் இப்படியான காதல் கொண்ட ஒருத்தியை அவர் சந்திக்க வாய்ப்பில்லை என்றுதான் சொல்லவேண்டும். அடிக்கடி என்னைப் பார்த்துப் புன்னகைத்தபடி இருக்கிறாளே அதனையும், அவளது கண்களுக்குள்ளே தெரியும் என்னைப்பற்றிய கவலைகளையும் மறந்தவளாய், அவள்மீது வருத்தங்கொள்ள எனக்கு நியாயமும் உண்டா எனத் தொடர்ந்து மனதிற்குள் வியக்க, சட்டென்று அவள், "ரெமோன். நாம எப்போ திரும்புகிறோம்..." என்று கேட்கிறாள். எஞ்சிய காலத்தை எங்களோடு பகிர்ந்துகொள்ள நினைக்கும் அவளது நல்லெண்ணத்தை நினைத்து பிரமித்திருக்கிறேன். அதுவரை என் மனதில் இடம் பிடித்திருந்த தந்திரமும், உறைபனித் தன்மையும் கொண்ட ஆன்னி அங்கில்லை. வேறுவகையாய்த் தெரிந்தாள். அவள் உறைபனியென்றால்,

அப்பாவும் நானும் வெதுவெதுப்பானவர்கள்; அவள் சர்வாதிகாரியென்றால், நாங்கள் சர்வ சுதந்திரத்திற்கும் உரியவர்கள்; எதிலும் அலட்சியமெனப் பிறர் வெறுப்புக்கு ஆளாகக்கூடிய குணங்கள் அவை. அவற்றைத்தான் நாங்கள் விரும்பினோம்; அவளது அசிரத்தையைப் பிறர் வெறுக்கலாம், நாங்கள் விரும்புவோம்; அவள் அழுத்தக்காரி, நாங்களோ சந்தோஷமென்றால் துள்ளிக் குதிப்பவர்கள். அவளை உயிரற்ற ஜடமென்று சொன்னாலும் தப்பில்லை. எங்களிருவருக்குமிடையில் ஊர்ந்து சத்தமிடாமல் ஒளிந்துகொண்டு, தனது மரத்துப்போன சரீரத்திற்கு உயிரூட்டக்கூடும். அப்படியே கொஞ்சம் கொஞ்சமாக எங்களிடமிருக்கும் உல்லாசம், சந்தோஷம் அனைத்தையும் திருடுவாள், ஓர் அழகான பாம்பினைபோல! என்ன? பாம்பென்றா சொன்னேன்? ஆமாம் பாம்பு . . . நல்ல பாம்பு! ரொட்டித் துண்டொன்றினை அவள் நீட்டினாள், சட்டென்று விழித்துக்கொண்டேன். மனதிற்குள் கத்தினேன்: பைத்தியக்காரி. . . பைத்தியக்காரி . . . ஆன் எவ்வளவு பெரியவள்? அவள் . . . அனுபவமென்ன? அறிவென்ன? உன் அம்மா இடத்தில், அவளிருந்து உன்னைப் பார்த்துக் கொண்டதெல்லாம், இதற்குள் மறந்தாயிற்றா? கல் நெஞ்சக்காரியாக அவள் இருப்பதென்ன புதிதா? அதற்கெல்லாம் உள்நோக்கம் கற்பிக்க முடியுமா? எதிலும் பட்டும்படாமல் இருப்பதால்தானே, கண்ட சாக்கடைகளிலிருந்தும் தன்னை அவளால் காப்பாற்றிக்கொள்ள முடிகிறது. ஒருவகையில் எதையும் அல்லது எவரையும் அலட்சியம் செய்யும் அக்குணத்தினை அவளது மேட்டிமைக் குணத்திற்கான உத்தரவாதமென்று சொல்லலாமா? நல்ல பாம்பு . . . ச்சீ எத்தனை மோசமாக எனது நினைப்புப் போகிறது வெட்கக்கேடு. ‘ஆன்’னைப் பார்த்தேன். மனதிற்குள்ளாக அவளிடம் மன்னிக்க வேண்டுமெனக் கெஞ்சுகிறேன். சிலவேளைகளில் ஆச்சரியமும் அலட்சியமும், அவள் முக அழகைக் குலைப்பதும், அவள் உரையாடலைக் கெடுப்பதும் பழகிப்போன காட்சி, என்னை வியப்பிலாழ்த்தியிருக்கிறது. ‘ஆன்’ கண்களிரண்டும், காரணமின்றி என் தகப்பனாரைத் தேடி சதா அலைந்துகொண்டிருந்தன. அப்பாவும் அதற்கான காரணத்தை அறியாதவராக மயக்கத்துடனோ அல்லது காதலுடனோ, பதற்றத்திற்கான காரணத்தைப் புரிந்துகொள்ளாமலேயே அவளைப் பார்க்கிற வழக்கத்தைக் கொண்டிருந்தார். கடைசியில், எங்கள் குடும்பச் சூழலில் என்னால் முடிந்த அளவு சிக்கலை ஏற்படுத்தியிருந்தேன். என்னை நானே வெறுத்தேன்.

அப்பாவும் வேதனையில் இருந்தார். அவருக்கு அதற்கான காரணங்களும் இருந்தன. ஆனால் அதைப் பெரிதாகக் கொள்வதற்கில்லை. ஆன்னி மீதான அவரது பைத்தியக்காரத்தனமான

மோகமும், பெருமையும், சந்தோஷமும் – தனது உயிர்வாழ்க்கை யின் நோக்கமே அவற்றுக்காகத்தானென அவர் நடந்துகொள் வதையும் வைத்துப் பார்த்தபோது அவர் வருந்துவதற்கான வாய்ப்பேயில்லை. எனினும் ஒருநாள், காலை குளியலுக்குப் பிறகு கடற்கரை மணலில் படுத்திருந்தேன். என் அருகில் வந்து உட்கார்ந்தவர் என்னையே பார்க்கிறார். அவரது பார்வை என்மீது பாரமாக இறங்கியது. எழுந்து, சமீபகாலங்களில் எனக்கு மிகச்சுலபமாகப் பழகியிருந்த முகத்தில் பொய்யான மகிழ்ச்சியை வரவழைத்துக்கொண்டு என் தகப்பானாரிடத்தில் கடலில் இறங்குங்கள் என்று சொல்ல எத்தனிக்கிறேன். அவர் தமது கையை எனது தலைமீது வைத்துப் பரிதாபமான குரலில் ஆன்னி இங்கே வா... இந்த வெட்டுக்கிளியைப் பார். எவ்வளவு மெலிந்திருக்கிறது. படிப்புப் படிப்பு என்று ஓய்வில்லாமல் உழைப்பதால் இந்த நிலைமையென்றால், அதனை உடனே நிறுத்தியாக வேண்டும் என்றார்."

பிரச்சினைகளெல்லாம் தீர்ந்துவிட்டனவென்று அப்பா நினைத்திருக்கவேண்டும். உண்மைதான் அப்பா நினைப்பது போல பத்து நாட்களுக்கு முன்பே இப்பிரச்சினைகள் எல்லாம் தீர்க்கப்பட்டிருக்க வேண்டும். ஆனால் அவ்வளவு சீக்கிரம் பிரச்சினைகளிலிருந்து நான் விடுபடக்கூடுமென்று நினைக்க வில்லை. பெர்க்சன்னுடைய புத்தகத்தைத் தவிர வேறொன்றை நான் தொட்டதில்லை என்பதால், மதியவேளைகளில் படிப்புக் கென்று நான் ஒதுக்கிய நேரங்களால் எனக்கு இடைஞ் சலில்லை...

ஆன்னி எங்களிடத்தில் வந்தாள். நான் மணலில் கவிழ்ந்த படி படுத்துக் கொண்டிருக்கிறேன். எனது கவனம் அவளது காலடிச் சத்தத்தில் படிந்திருந்தது. அருகே அமர்ந்தவள் முணு முணுப்பது காதில் விழுந்தது.

"நாம நினப்பது போல நடக்கப்போறதில்லை. உண்மை யில் அவள் தேர்வில் வெற்றிபெற வேண்டுமென்று நினத்தால், அறைக்குள்ளே வெறுமனே சுற்றிவருவதை நிறுத்திவிட்டு ஒழுங்காகப் படிக்கவேண்டும்..."

படுத்திருந்தவள் திரும்பினேன். அவர்களிருவரையும் பார்த்தேன். நான் அறையிலே படிக்காமலிருந்தேனென்று எப்படி அவளால் சொல்ல முடியும்? ஒருவேளை என்மனதில் இருப்பதை அனுமானித்தாளா? அவளால் எதுவும் முடியும். அப்படி நினைத்தவுடனேயே தேவையின்றி ஒருவித பயம் தொற்றிக்கொண்டது.

"நான் அறையிலே வெறுமனே சுற்றிவரவில்லை" என்று கோபத்துடன் சொன்னேன்.

வணக்கம் துயரமே!

“என்ன அந்தப் பையனைப் பார்க்க முடியலை என்கிற வருத்தமா?” – அப்பா.

“இல்லை ... இல்லை!”

உறுதியாக அப்பாவை மறுத்தபோதிலும், உண்மையில் சிரிலை நினைக்கவேகூட நேரமில்லையென்றுதான் சொல்ல வேண்டும்.

“நீ பொய் சொல்கிறாய், உன் முகம் சரியில்லை, ஆன்னி, நீயே பார் ... குடலை எடுத்துவிட்டு வெயிலில் வாட்டிய உரித்த கோழிபோல இல்லை?”

“செசில் செல்லம், கொஞ்சம் கவனமெடுத்துப்படி, வேளா வேளைக்கு ஒழுங்காய் சாப்பிடு. இந்தப் பரிட்சை உனக்கு முக்கியமில்லையா?” – ஆன்னி.

“பரிட்சை என் மயிருக்குச் சமானம். நான் என்ன சொல் கிறேன் என்று உங்களுக்குப் புரியுதா? பரிட்சையைப் பற்றி எனக்கு எந்தக் கவலையுமில்லை என்று சொல்றேன்.”

விரக்தியுடன் ஆன்னியை நேரிட்டுப் பார்க்கிறேன். தேர்வைக் காட்டிலும் நான் கவலைகொள்ள வேறு விஷயங்கள் எனக்குள்ளன என்பதை அவள் புரிந்து கொள்வாளென நினைத் தேன். அவள் என்னிடத்தில், “அப்படியா.. அவை என்ன?” என்று கேட்டிருக்கவேண்டும் அல்லது அடுத்தடுத்துக் கேள்விகள் கேட்டு, என்மனதிலிருப்பது என்னவென்று சொல்ல வைத்திருக்க வேண்டும். அப்படியெல்லாம் நடந்திருந்தால் அவளை நம்புவேன், அவளுக்கு என்ன விருப்பமோ அதைத் தீர்மானிக் கலாம். நானும் கசப்புகளையும் வேதனைகளையும் சுமந்தபடி அழுதுத் திரியமாட்டேன். மிகுந்த கவனத்துடன் என்னைப் பார்த்தாள். அதிகப்படியான கரிசனத்தோடும், அதே சமயத்தில் என்னை நிந்திப்பது போலவுமிருந்த அவளிரண்டு கண்களிலும் கருநீலத்தில் வளையம். எனக்குப் புரிந்துவிட்டது. அவள் ஒரு போதும் நான் எதிர்பார்ப்பதுபோல என்னைக் கேள்விக்கணை களால் துளைக்கப் போவதுமில்லை, எனது வருத்தத்தைத் தீர்க்கப் போவதுமில்லை. அதற்கான அறிகுறிகளும் அவளிடத் திலில்லை. இப்போதைக்கு அவசியமேதுமில்லையென நினைத் தாளோ என்னவோ, என்னைத் துன்புறுத்துகிற, என்னைப் பற்றிய அவளது நினைப்புகளில் ஏதேனுமொன்றை என்னி டத்தில் பகிர்ந்துகொண்டிருக்கலாம். அப்படியே விரும்பினாலும் அதிலுங்கூட அலட்சியமும் தவறான அபிப்ராயமும் கண்டிப் பாக இருக்கும். ஒருவேளை அது சரியாகக்கூட இருக்கலாம். என்னுடைய அனுபவத்தில் ஆன்னி எதற்கு என்ன முக்கியத் துவம் தர வேண்டுமோ அதைத் தவறாமல் தருபவள். இக்

காரணத்தினாலேயே அவளிடத்தில் எனது பிரச்சினைகள் என்றைக்குமே முடிவுக்கு வராதென நினைக்கிறேன்.

வேகமாய் மணலில் திரும்பப் படுத்தேன். வெதுவெதுப்பான மணலில் கன்னத்தைப் பதித்து, இழுத்து மூச்சு விட, உடலில் இலேசாக அதிர்வு. ஆன்னியுடைய கை மெல்ல, ஆனால் எனக்கு நம்பிக்கையூட்டுவதுபோல, எனது கழுத்தில் படிந்து, சிறிது நேரம் எனது உடலின் நடுக்கம் குறையட்டுமென்பது போலக் காத்திருந்தது.

"எதையெதையோ நினைச்சு மனசைக் கெடுத்துக்கிறாய். எப்படி இருந்தாய்? சந்தோஷமாக, எந்த நேரமும் துறு துறுண்ணு ... இப்போ என்ன ஆச்சு? பழைய நிலைமையில் உன் மனசு இல்லை, எதையாவது தலையில் இழுத்துப்போட்டுக் கொண்டு புலம்ப ஆரம்பித்துவிடுகிறாய். இது நீ பழைய செசில் இல்லை" என்றாள் ஆன்னி.

"நான் மறுக்கவில்லை. என்னைச்சுற்றி என்ன நடக்கிற தென்று புரிந்துகொள்ளாத பெண்ணென்றாலும், தப்பான வளல்ல. மகிழ்ச்சி, அசட்டுத்தனம் எல்லாம் என்னிடத்திலும் உண்டு."

"சரி எழுந்திரு, சாப்பிடப் போகலாம்."

நானும் ஆன்னியும் பேசிக்கொண்டிருக்க, அந்த நேரம் அப்பா சற்று தூரத்தில் இருந்தார். அவருக்கு இம்மாதிரியான உரையாடல்களில் ஆர்வமிருந்ததில்லை. வில்லாவுக்கு மூவரு மாகத் திரும்பியபொழுது, அப்பா எனது கையை விடாமல் கெட்டியாகப் பிடித்த படி நடந்துவந்தார். கனத்திருந்த போதிலும், ஆறுதலளித்த கரம். அக்கரம் எனது முதற்காதலின் கண்ணீரைத் துடைத்திருக்கிறது, துன்பத்திலும் இன்பத்திலும் என்னோடு கைகோர்த்து இருந்திருக்கிறது. நெருக்கடியான நேரங்களிலும், பைத்தியக்காரிபோலச் சிரித்த நேரங்களிலும் எனது கரத்தை இறுகப்பற்றிக் கொண்டதும் அதுதான். அக்கரம், ஒரு சில நாட்களாக காரின் ஸ்டீயரிங்கில், சாவிகளில், மாலை வேளைகளில் பூட்டிய கதவுகளைத் திறக்கமுடியாமல், பெண்மணியொருத்தியின் தோளில், அல்லது, சிகரெட் பிடிக்க என்றிருக்கிறதே அன்றி, எனக்கென்று எதையும் செய்த தில்லை. அவரது கரத்தை இறுகப் பிடித்தேன். எனக்காய் திரும்பிய அப்பா புன்னகைத்தார்.

❖

8

இரண்டு நாட்கள் கடந்திருந்தன. வழக்கத்தைப் போல அறைக்குள்ளேயே சுற்றிவந்து களைத்திருந்தேன். ‘எங்கள் வாழ்க்கை ஆன்னியின் தலையீட்டினால் குட்டிச் சுவராகப் போகவிருக்கிறது’ என்கிற நினைப்பிலிருந்து மீளமுடியாமல் தவித்தேன். சிரிலை மறுபடியும் பார்க்க வேண்டும் என்கிற எண்ணமில்லை. இருந்த சூழ்நிலையில் அவனைப் பார்ப்பதைத் தவிர்ப்பது நல்லதென்றும் தோன்றியது. தவிர எனது மனதிலும் அவனைச் சந்திக்க வேண்டுமென்கிற ஆசைகளில்லை. இக்கட்டான அந்த மனநிலையில் எனக்கு மகிழ்ச்சிதரும் வகையில் சில காரியங்களைச் செய்தேன். சுலபத்தில் விடை காண முடியாத கேள்விகளைக் கேட்டுக் குழம்பிக்கொண் டிருப்பது, சோதனையான நாட்களை மீண்டும் நினைத்துப் பார்ப்பது அல்லது வரவிருக்கும் நாட்களை நினைத்துப் பயந்து கொண்டிருப்பது, இப்படி. வெளியில் வெப்பம் கடுமையாக இருக்க, அறைக்குள் போதிய வெளிச்சமில்லை. இருட்டு. சன்னல் கதவுகளை அடைத்திருந்த போதிலிலும், அறையெங்கும் பிசுபிசுவென்று ஈரத் தன்மையுடனான மோசமான காற்று. ஒருவித இறுக்கம். மேலே கூரையைப் பார்த்தபடி கட்டிலிலேயே படுத்துக் கிடந்தேன். அவ்வப் போது சலவைசெய்த கட்டில் விரிப்பின் சுகத்திற்காகப் புரளுவது உண்டு. உறக்கம் சுலபத்தில் வருவதில்லை. அந்த நேரங்களில் கட்டிலருகே இருக்கும் ரேடியோ கிராமில் வெறும் ரிதமெழுப்பும் இசைத்தட்டை மெல்லச் சுழலவிட்டு ரசிப்பேன். நிறைய புகைப்பேன். என்ன செய்தும் மனதை மகிழ்ச்சியாக வைத்திருக்க நினைத்து நான் சீரழிந்ததுதான் கண்ட பலன். வேதனைகள் குறை வதாக இல்லை, திசைதெரியாமல் பயணித்துக்கொண் டிருந்தேன்.

பின்னேரம், கதவைத் தட்டிவிட்டு உள்ளே நுழைந்த வேலைக் காரி, முகத்தை ஒரு மாதிரியாக வைத்துக்கொண்டு, எச்சரிக் கைக் குரலில், "கீழே யாரோ வந்திருக்கிறார்கள்" என்றாள். எனக்குச் சட்டென்று சிரில் ஞாபகம் வந்தது, இறங்கினேன். வந்திருந்தது எல்சா. ஆர்வத்தோடு எனது கைகளைப் பிடித்துக் கொண்டாள். என் கண்களையே நம்ப முடியவில்லை. எங்கிருந்து இந்த அழகை வாங்கினாள் என யோசித்தேன். அப்படியிருந் தாள். கடைசியில் அவளுக்குப் பிரியமான பழுப்பு நிறத்திற்கு உடல் நிறம் மாறியிருந்தது, அதாவது மாசுமருவற்ற, வேண்டிய அளவு பழுப்பு நிறம். நன்றாக உடுத்தி, அளவான அலங்காரத் துடன், இளமை மின்ன, அழகாய் இருந்தாள்.

"என் உடைமைகளை எடுத்துப் போகலாமென்று வந்தேன். ஒன்றிரண்டு கவுன்களை, ஜுவான்தான் வாங்கிக் கொடுத்தான். ஆனால் அது போதவில்லை."

சட்டென்று, ஜுவான் என்பவன் யார் என்ற கேள்வி மனதில் உதித்தது. பிறகு அது முக்கியமல்ல என்றும் தோன்றியது. எல்சாவை மறுபடியும் பார்க்க முடிந்ததே என்ற மகிழ்ச்சி. வந்திருக்கும் எல்சா, தன்னைப் பராமரிக்கத் தெரிந்த பெண்மணி, மதுச்சாலைகளும், மாலை நேரங்களும், இரவு விடுதிகளும், குதூகலமாக அவளோடு கழித்த நாட்களும் நினைவுக்கு வந்தன. மறுபடியும் அவளைப் பார்க்க நேர்ந்த களிப்பினைக் குறிப்பிட்டு அவளிடம் பேசினேன். ஆமோதித்தவள், "நம் இருவரிடையே பொதுவான சில பண்புகள் இருந்ததால் நாமிருவரும் சிக்கல் களின்றி பழக முடிந்தது" என்றாள். அதைக் கேட்டதும், என் உடல் மெல்லச் சிலிர்த்தது. அதைச் சாமர்த்தியமாக அவளிட மிருந்து மறைத்துவிட்டு, "என்னுடைய அறைக்குப் போகலாமா?" என்று கேட்டேன். காரணமிருந்தது. அவ்வாறு அழைத்துச் சென்றால், அப்பாவையும் ஆன்னியையும் அவள் சந்திக்கும் வாய்ப்பு அமையாது. எனது தகப்பனாரைப் பற்றிய பேச்சுவந்த போது, மெல்ல அவள் தலையை ஆட்டினாள். எனக்கு வியப்பு. ஜுவானையும், அவன் வாங்கிக் கொடுத்த கவுன்களையும் மறந்துவிட்டு இன்னமும் அவள் அப்பாவை நேசிக்கிறாளோ? ... இந்தச் சின்ன தலையாட்டுதலை மூன்று வாரங்களுக்கு முன் அவள் செய்திருந்தால், அது எனது கண்களில் பட்டிருக்குமோ?

எனது அறைக்குச் சென்றதும், அவள் தனது கடற்கரை அனுபவங்களைக் கலகலப்புடன் சொல்லிக் கொண்டிருந்தாள். எனக்குள் இதுவரை தோன்றாத எண்ணங்கள். ஒரு வகையில் அந்த எண்ணங்களுக்கு, நான் இதுவரைக் கண்டிராத எல்சாவும் காரணமாக இருக்கலாம். நான் அமைதியாக இருக்கவே, மேலே தொடர விருப்பம் இல்லாமல், அவளாகவே பேச்சை

நிறுத்திக்கொண்டாள். சில அடிதூரம் அறைக்குள் நடந்தவள், திரும்பாமலேயே, குரலில் சுரத்தின்றி, “என்ன ரெமோனுக்கு இப்போது சந்தோஷம்தானே?” என்றாள். அதை அழுந்தச் சொன்னதுபோல இருந்தது. அதற்கான காரணத்தை விளங்கிக் கொண்டதும், மனதில் அடுக்கடுக்காய் யோசனைகள், திட்டங்கள் தோன்றி எனக்குள் பாரமாயிறங்கின. அவற்றைச் சுமக்க முடியாமல் துவண்டுவிழும் நிலையில் நானிருந்தேன். அந்தச் சுமையை உடனே இறக்கியாகவேண்டும், உடனேயே அவளிடத்தில் பகிர்ந்தாகவேண்டும்.

“என்ன? அப்பாவுக்குச் சந்தோஷமா என்றுதானே கேட்டாய்? நிறைய ...” உலகில் ‘சந்தோஷ’த்தைத் தவிர வேறு வார்த்தைகள் இல்லை என்பதுபோலத்தான், அப்பாவை ஆன்னி நம்பவைத்திருக்கிறாள். கெட்டிக்காரி.

“ஆமாம், ரொம்ப ரொம்ப” என்றாள் எல்சா பெருமூச்சுடன்.

“அவள் மனதில் என்ன திட்டம் வைத்திருக்கிறாள் என்பதை உன்னால் யூகிக்கவே முடியாது. அப்பாவைக் கூடிய சீக்கிரம் திருமணம் செய்துகொள்ள இருக்கிறாள்.”

சட்டென்று திரும்பினாள். முகம் அதிர்ச்சியில் வெளுத் திருந்தது:

“என்னது? திருமணமா? ரெமோன் அவளைத் திருமணம் செய்ய இருக்கிறாரா ...? அவரா?”

“ஆமாம், ரெமோன் திருமணம் செய்துகொள்ளத்தான் இருக்கிறார்.”

உடனே சிரிக்கவேண்டும்போல இருந்தது. எனது கைகள் நடுங்கின. என்னால் ஏதோ தாக்குதலுக்கு உள்ளானதுபோல, எல்சா நிலைகுலைந்திருந்தாள். எல்சா வயதுக்கேற்ப நடந்து கொள்வதுதான் முறை. எல்சாவை அப்படியே வைத்திருக்க வேண்டும், யோசிக்கவிடக்கூடாது. அவளது வழக்கமான கூத்துக் களையெல்லாம் கொஞ்ச நாளைக்கு மறக்கச் செய்யவேண்டும். குரலில் பரிவை வரவழைத்துக்கொண்டு, மெல்ல அவளிடத்தில் “அது நடக்கக்கூடாது எல்சா. அப்பா ஏற்கனவே அவளிடத்தில் மாட்டிக்கொண்டு விழிக்கிறார். திருமணமும் முடிந்தால் என்ன ஆகும்? யோசித்துப் பார் ...” என்றேன்.

“ஆமாம்.”

அவள் எனது பேச்சில் மயங்கியிருப்பது தெளிவாகத் தெரிந்தது. எனக்குச் சிரிப்புவந்தது. எனது உடல் முன்னைக் காட்டிலும் அகமாக அதிர்வதைப்போல உணர்ந்தேன்.

“நான் உனக்காகத்தான் காத்திருந்தேன். ஆன்னியை எதிர்க்க உன்னால் மட்டுமே முடியும். உன் ஒருத்திக்கு மாத்திரமே அதற்கான தகுதியுமுண்டு.”

அடுத்து வந்த அவளது கேள்வி, நான் சொன்னதை நம்பியதுபோலத்தான் இருந்தது.

“சரி உன் அப்பாவும் அவளை உண்மையாக நேசிப் பதாகவோ, மணம் செய்யவோ விரும்பினால்?”

“எல்சா ... என்ன நீ இப்படியெல்லாம் சந்தேகிக்கிறாய்? அவர் உன்னைத்தானே விரும்புகிறார்? உன்னை மறந்து விட்டதாக மட்டும் சொல்லாதே. நான் நம்பமாட்டேன்.” அமைதியாகக் கூறினேன்.

அவள் இமைகள் துடிப்பதைக் கவனித்தேன். அவளிடத்தில் நான் ஏற்படுத்தியிருந்த நம்பிக்கை, திடுமென முகத்தில் மகிழ்ச்சி யாய் வெளிப்பட்டது, அதை மறைக்க விரும்பியவளைப்போல முகத்தைத் திருப்பிக்கொண்டாள். அவளைத் திசைதிருப்பியதில் எனக்குள்ளும் கிறக்கம். எனினும் அவளிடத்தில் என்ன பேச வேண்டும் என்பதில் தெளிவுடனிருந்தேன்.

“ஆண்பெண் உறவு, இல்வாழ்க்கை, நன்னெறியென்று அப்பாவை மடக்க, ஆன்னி ஒரு பெரிய பாடமே எடுக்கப் போய், இவரும் அவள் காலில் விழுந்து கிடக்கிறார். இதை நீ புரிந்து கொள்ள வேண்டும்.”

சொல்லி முடித்ததும் மனம் கனத்தது, துக்கம் தொண் டையை அடைத்தது. பள்ளிச் சிறுமியைப்போல உளறிக் கொட்டினேன் என்று வேண்டுமானால் சொல்லலாம். எப்படியோ, மனதிலிருந்த என்னுடைய சொந்த உணர்ச்சி களை முடிந்தமட்டும் அவளிடத்தில் சொல்ல முடிந்தது.

“எல்சா, அந்தத் திருமணம் நடந்து முடிந்தால், அப்பா வுடைய வாழ்க்கை மட்டுமல்ல, நம்மிருவர் வாழ்க்கையுங்கூட குட்டிச்சுவராகி விடும். அப்பாவை இந்த இக்கட்டிலிருந்து எப்படியாவது காப்பாற்றியாக வேண்டும். அவர் வயதானா லும் இன்னமும் சின்னக் குழந்தை ... வயதான குழந்தை.”

‘வயதான குழந்தை’ என்ற வார்த்தையை உரத்துத் திரும்பவும் சொன்னேன். மிகப்பெரிய துக்கநாடகமொன்றை நடத்திமுடித்த திருப்தி. அதனை உறுதிப்படுத்துவதுபோல எல்சாவின் மரகத வண்ண விழிகளிரண்டும் கலங்கியிருந்தன. தேவாலயத்தில் ஸ்தோத்திரம் சொல்லி முடிப்பதுபோல.

“எல்சா ... எனக்கு நீதான் உதவவேண்டும். இவ்வளவும் எதற்காக நான் சொல்கிறேனென்று யோசித்துப் பார்.

உன்னுடைய நன்மைக்காகவும், அப்பாவுடைய நன்மைக்காகவும், உங்களிருவரின் காதலுக்காகவும்தான் இத்தனை தூரம் கெஞ்சு கிறேன்" என்றவள் கடைசியில் "எனக்காகவும்கூட ..." என்று முணுமுணுத்தேன்.

"இந்தப் பிரச்சினையில், நான் என்ன செய்ய முடியு மென்று நினைக்கிறாய்? எனக்கென்னவோ இது ஆகாத வேலை என்றுதான் தோன்றுகிறது."

"உன்னால் முடியாதென்றால் விட்டுவிடு ..." எனது குரல் சோர்ந்து ஒலித்தது.

"பச்சைத் தேவடியா!" எல்சா முணுமுணுத்தது காதில் விழுந்தது.

"அவளை அப்படிச் சொல்வதில் தப்பே இல்லை" என்றேன். பின்னர் எனது பங்கிற்குத் தலையைத் திருப்பிக்கொண்டேன்.

எல்சா புதிய அவதாரம் எடுத்திருந்தாள். முகம் சிவந் திருந்தது. இவள் ஆன்னியுடைய பேராசைக்குப் பாடம் கற்பிப்ப தென்று தீர்மானித்திருப்பவள். நாங்கள் அறிந்திருந்த எல்சா அல்ல, இவள் எல்சா மக்கென்பூர். அப்பா தன்னை இன்னமும் நேசிக்கிறார் என்பதை மறக்காத எல்சா. புதிதாக ஒரு ஜுவான் கிடைத்திருந்தாலும், ரெமோனின் வசீகரம் அவளுடைய மனதில் அப்படியே இருக்கிறது. ஆன்னியைப்போல உண்மை, வருங் காலம், குடும்பம் என்பது பற்றிய திட்டங்களேதும் அவளுக் கில்லை. அதை வற்புறுத்தப் போகிறவளும் அல்ல.

"எல்சா ... என்னாலும் அவளது நடவடிக்கைகளைப் பொறுத்துக்கொள்ள முடியவில்லை. நான் சொன்னேனென்று சிரிலைப் போய்ப் பார், அவனுடைய அம்மாவிடம் பேசி, அவர்களுடைய வில்லாவில் கொஞ்சகாலம் தங்க ஏற்பாடு செய்யமுடியுமா என்று கேள். நாளைக் காலையில் அவனை வந்து பார்க்கிறேனென்று சொல். பிறகு மூவருமாக உட்கார்ந்து பேசுவோம்."

அவள் கதவருகில் செல்ல, "எல்சா, இது உன் விதி சம்பந்தப்பட்ட விஷயம், அதை நல்லவிதமாக அமைத்து கொள்கிற பொறுப்பு உனக்கு இருக்கிறது." சும்மா ஒரு பேச்சுக் காக விதிகளையெல்லாம் உரையாடலில் சேர்த்துக் கொண்டேன்.

அவள் தலையை ஆட்டிய விதத்தில் மனவருத்தத்தின் சாயலிருந்தது. ஏதோ வரிசையாக விதிகள் அவளைத் துன் புறுத்தக் காத்திருப்பது போலவும், அதை உணர்ந்தவள் போலவும் தலையாட்டினாள். அவளுடன் தொடர்புடைய மனிதர்களும்

குறைவுதான், விதிகளும் குறைவுதான். அவள் புறப்பட்டுப் போனபோது சூரியன் பளிச்சென்று காய்ந்துகொண்டிருந் தான். அவள் நடையில் மகிழ்ச்சியின் அறிகுறியாக மெல்லிய துள்ளல்.

அப்பாவை மறுபடியும் எல்சாவுடன் சேர்த்துவைக்க ஒரு வார காலம் கெடு வைத்திருந்தேன்.

மாலை மணி 3.30. இந்த நேரத்தில் ஆன்னியுடைய அணைப்பில் அப்பா உறங்கிக்கொண்டிருக்கலாம். இன்பப் போதையில், காதல் விளையாட்டில் தோல்விகண்டு, துவம்சம் செய்யப்பட்ட ஆன்னியும்கூட ஒருவேளை களைப்புற்று கண்ண யர்ந்திருக்கலாம். இனி ஒரு நிமிடத்தைக்கூட வீணாக்கக் கூடாது. மனதிலிருப்பதை உடனடியாகச் செயல்படுத்த வேண்டும். ஒழுங்காய்த் திட்டம் தீட்டவேண்டும். அறைக்குள் தொடர்ந்து நடந்தபடி இருந்தேன். சன்னல் வரை சென்றவள், கடல் அலைகள் கடற்கரை மணலில் தொடர்ந்து விழுவதும் சிதறுவதுமாக இருப்பதைப் பார்த்தேன். கதவருகில் வந்தவள், திரும்பினேன். கணக்கிட்டுக் காய்களை நகர்த்தத் துல்லியமாகத் திட்டம் தீட்டினேன். விருப்புக்கும் வெறுப்புக்கும் ஒருபோதும் இடங்கொடாமல் கவனத்துடன் தடையாக இருக்கக் கூடியவை எவையென்பதை அறிந்து, அவற்றை முற்றாக அழித்தேன். ஒருசில வேளைகளில் மிகவும் ஆபத்தான முறைகளில் திட்ட மிடுகிறேனோ என்றுகூட நினைத்தேன். எல்சாவிடத்தில் பிரச்சினையைச் சாமர்த்தியமாகக் கொண்டுசென்றதிலிருந்து எனக்குள், எனக்கெதிராக ஒருவித குமட்டல் மனோபாவம். ‘சீச்சீ .. நீயா இப்படி’ என்பதைபோல. கூடவே எதையோ சாதித்துவிட்ட பெருமிதம். குற்ற உணர்வு ஒருபக்கம், தனிமையின் வேதனை மறுபக்கம்.

இனி இப்படியான குழப்பங்களெதுவும் இருக்காதென்று நினைக்கிறேன். சரி, சொல்லி என்ன ஆகப்போகிறது? கடலில் இறங்கிக் குளிக்கிற நேரம். ஆன்னியை வைத்துக்கொண்டு தேவையில்லாமல் உடல் நடுங்கித் தொலைத்தது. மீள்வதற்கான வழிகள் தெரியவில்லை. அவள் தண்ணீரைவிட்டு வெளியே வந்தாளோ இல்லையோ, துவாலையைப் கொடுக்க அவளை நோக்கி ஓடுகிறேன் – ஆன்னியுடைய கைப்பை என்னிடத்தில் தான் இருந்தது. இனிக்க இனிக்கப் பேசியும், எண்ணமெலாம் அவளே என்பதுபோல அக்கறைகாட்டியும், அவளைப் பரவச படுத்துகிறேன். திடீரென்று என்னிடத்தில் ஏற்பட்ட இந்த மாற்றத்தைக்கண்டு அவளிடத்தில் ஆச்சரியமேதுமில்லை, மாறாக மகிழ்ச்சியடைந்தாள். அப்பாவுக்கும் சந்தோஷம். ஆன்னி தனது நன்றியைப் புன்னகையூடாகத் தெரிவித்தாள்.

என்னிடத்தில் பேசும்போதெல்லாம், முகத்தில் அப்படியொரு பூரிப்பு. சிலமணி நேரங்களுக்கு முன்னர்தான், எல்சாவின் மடத்தனத்தை ஏற்கும் வகையில், ஆன்னியைப் 'பச்சைத் தேவடியாள்' என்று வாய் கூசாமல் சொல்லியிருந்தேன். எண்ணிப் பார்க்க வெட்கமாக இருக்கிறது. நாளை முதல் வேலையாக, எனது தவறை ஒத்துக்கொண்டு, எல்சாவை அனுப்பித் தொலைக்க வேண்டும். முன்புபோலவே அனைத்தும் நல்லவிதமாக நடக்கலாம், தேர்வில் வெற்றி பெறலாம். பள்ளியிறுதி வகுப்புத் தேர்வில் வெற்றி பெறுவதென்பது உருப்படியான காரியமில்லையா?

"அப்படித்தானே? பள்ளியிறுதி வகுப்புத் தேர்வில் வெற்றி பெறுவதென்பது உருப்படியான வேலைதானே?" ஆன்னியிடம் கேட்டேன்.

என்னைச் சிறிது நேரம் பார்த்துக்கொண்டிருந்தவள், கலகலவென்று சிரிக்கிறாள். அவளது சிரிப்பு என்னிடமும் தொற்றிக்கொள்கிறது. அவளது முகத்தில் தெரிந்த மகிழ்ச்சியைக் காண எனக்கும் மகிழ்ச்சி.

"உன்னைப் புரிந்துகொள்ளவே முடியவில்லை" என்றாள் ஆன்னி.

உண்மை. என்னைப் புரிந்துகொள்வது அத்தனை சுலபமில்லை. அதிலும் அவளுக்குச் சிலமணி நேரங்களுக்கு முன்பு வரை என் மனதிலிருந்த திட்டங்கள் தெரியவந்தால், என்னைப் புரிந்துகொள்வது மிகமிகச் சிரமமென்றுதான் நினைத்திருப்பாள். அதை அவளிடத்தில் சொல்லாமற்போனாலும் தலை வெடித்துவிடும்.

"ஆன்னி... உனக்குத் தெரியுமா, எல்சாவை வைத்து வேடிக்கையான நாடகமொன்றை ஏற்பாடு செய்திருந்தேன். அதன்படி சிரில் மீது காதல்கொண்டவளாக அவள் நடிக்க வேண்டும்; அவன் வில்லாவிலே தங்கவேண்டும். நாம் மூவரும் பார்க்கின்ற வகையில் அவர்களிருவரும் அடிக்கடி படகில் சேர்ந்து செல்லவேண்டும், ஊசியிலை மரத் தோப்பில் சந்திக்க வேண்டும், கடற்கரையில் நடமாடவேண்டும். அதுவும் தவிர எல்சா முன்போல இல்லை. இப்போது அத்தனை அழகாகத் திரும்பி வந்திருக்கிறாள். உன்னுடைய அழகோடு ஒப்பிட முடியாதென்றாலும், ஆண்களைத் திரும்ப வைக்கிற வசீகரத் தோடு வந்திருக்கிறாள். ஓர் அழகான பெண்மணி, நேற்றுவரை தனக்குச் சொந்தமாக இருந்த ஒருத்தி, திடீரென்று ஓர் இளைஞனோடு சுற்றுவதில் சுகம் காணுகிறாளென்றால், அதை எப்படி எனது அப்பாவால் சகிக்க முடியும்...? ஆன்னி,

நான் என்ன சொல்லவருகிறேன் என்று உனக்குப் புரிகிறதா? உன்னை அவர் நேசிப்பதும் உண்மைதான், நான் மறுக்க வில்லை. எனினும் எல்சாவை உடனே தனக்குச் சொந்த மாக்கிக் கொள்ள வேண்டுமென நினைப்பார். அப்பாவுடைய குணத்தை நீ அறிந்தவள்தானே? தடுமாறும் ஆசாமி, புத்தி ஓரிடத்தில் நிற்காது. எல்சாவும் நான் சொல்கிறபடி கேட்பாள். ஒருநாள் அவர்கள் இருவரையும் பார்க்கக்கூடாதவகையில் பார்ப்பாய். உனக்கு உடனே கோபம் வரும். தவிர நீ விட்டுக் கொடுக்கும் குணங்கொண்ட பெண் அல்ல. பிறகென்ன, நீ புறப்பட்டுப் போய்விடுவாய். அப்படித்தான் நடக்கணும். அதுதான் என் ஆசை. இதென்ன அசட்டுத்தனமான யோசனை என்று நீ நினைக்கலாம். அனைத்திற்கும் பெர்க்ஸனும், கொளுத்தும் வெயிலுந்தான் காரணம். பிறகென்ன நினைக்கிறேன் என்றால்... வேண்டாம், அதையெல்லாம் சொல்லிக்கொண் டிருக்க எனக்குத் தைரியம் போதாது, விளக்கமாகச் சொல்லவும் முடியாது. அத்தனை அபத்தம். எனது அம்மாவின் தோழியை, அப்பாவுக்கும் எனக்குமான சிநேகிதியை, மிக மோசமாக நடத்துவதற்குக் கேவலம் எனது பள்ளி இறுதித்தேர்வு காரணமாகி விட்டது. இருந்தபோதிலும் 'பள்ளி இறுதித் தேர்வு' மிகவும் முக்கியம் இல்லையா?"

"என்ன இல்லையா? பள்ளி இறுதித் தேர்வைப்பத்திதானே கேட்கிறாய்?" – ஆன்னி.

"ஆமாம்."

இவ்வளவுக்கு பிறகும் அவளிடத்தில் பேசிக்கொண்டிருப் பதில் பொருளே இல்லை. அவள் சொன்னது எதையும் புரிந்துகொண்டதுபோலவும் தெரியவில்லை. ஆன்னிக்குப் புரியாத விஷயங்களும் இருக்கத்தான் செய்கின்றன. தண்ணீரில் பாய்ந்து அப்பாவைப் பின்தொடர்ந்து நீந்திச் சென்றேன். அவரோடு மல்லுக்கு நின்றேன். கடல்நீரையும் அது தந்த மகிழ்ச்சியையும், இழந்திருந்த மனத்தினையும் திரும்பப் பெறமுடிந்த ஆனந்தம். நாளை எனது அறையை மாற்றிக் கொள்ள இருக்கிறேன். மாடியில் உட்கார்ந்து வாசிக்க இருக்கிறேன். அப்போதுகூட பெர்க்ஸன் கூடாது. படிப்ப தென்றாலே 'பெர்க்ஸன்' என்று பொருளல்ல. இரண்டுமணி நேரம், தனிமையில், அமைதியான சூழலில், காகிதம், மையின் மணம் – அதுபோதும். அக்டோபரில் முடிவு வெளியாகும். நான் தேர்வில் வெற்றிபெற்றதாக அறிவிப்பார்கள். அப்பா வுடைய வியப்புகலந்த சிரிப்பு. ஆன்னியின் பாராட்டு. பிறகு மேற்படிப்பு. அதற்குப்பிறகு நான் புத்திசாலி, அறிவுஜீவி, பண்பு தெரிந்தவள், உணர்ச்சிவசப்படாதவள், அதாவது

வணக்கம் துயரமே!

ஆன்னியைப்போல. புத்திசாலிகளுக்கு உண்டான திறன்கள் எல்லாம் எனக்கும் வந்துவிடும். எந்தவொரு முறையான யோசனைக்கும் இனி உச்ச அளவாக ஐந்து நிமிடங்கள் ஒதுக்கினால் போதுமானது. அறிவீனமாக இருக்கலாம், ஆனால் நியாயமானது. இனி எல்சாவின் கதி? அற்பத்தனமாகவும், உணர்ச்சிவேகத்திலும் அவளை இந்தச் சம்பவத்தில் பயன் படுத்திக் கொண்டாயிற்று. என்னைக் குற்றம் சொல்லாதீர்கள். பெட்டி படுக்கையை எடுத்துப்போகவென்று வந்தவள் அவள் தானே? நினைத்துப்பார்க்க வேடிக்கையாக இருந்தது. எல்சாவைக் குறிவைத்தேன், குறைகள் புரிந்தது. பேசுவதற்கு முன்பாக சுதாரித்துக் கொள்கிறேன். அவ்வளவுதான். முதன் முறையாக இந்த விளையாட்டில் எல்லையில்லாத ஆனந்தம் எனக்கு ஏற்பட்டிருந்தது. ஓர் உயிரில் ஓட்டை போட்டேன், உள்ளிருப்பது என்னவென்று அறிந்தேன், அதன் உண்மையான குணத்தைப் புரிந்து சுருள் கம்பியொன்றை அழுத்துகிற எச்சரிக்கையுடன், மெல்லத் தொட்டேன். எனது எதிர்பார்ப்பு பொய்க்காமல், சட்டென்று இன்னொன்றாக அது எழுந்தது. என்னை யாரும் அப்படித் தொட்டதில்லை. ஆயினும் சிணுங்கியிருக்கிறேன். எழுந்து இருக்கிறேன். எனது இருப்பை வெளிப்படுத்தியிருக் கிறேன். இதுவரை இன்னொரு சீவனின் அண்மையில் நான் இருக்க நேர்ந்த அனுபவம் அனைத்துமே எதிர்பாராமல் நிகழ்ந்தது, ஒருவகையான விபத்தென்றும் சொல்லலாம். ஆச்சரியமூட்டுகின்ற எந்திரத்தனமான இந்த மானுடச் சிந்தனையும், அதிமேதாவித்தனமான இச்சொற்களும், எனக்குப் புதியவை. அத்தனை சீக்கிரம் அவை முடிவுக்கு வருமென்றும் நான் நினைக்கவில்லை. ஒருநாள், எனக்கே எனக்கென்று மிகுந்த காதலுடன் ஒருவன் வரத்தான் போகிறான். நானும் அவனை அடைவதற்கான வழிமுறைகளைத் தேடுவேன் – முன் எச்சரிக்கையோடு, காதலுடன், கைகள் நடுங்க...

❖

9

மறுநாள் சிரிலுடைய வில்லாவின் திசைநோக்கி சென்றபோது, படித்தவர்கள் மொழியில் சொல்வ தென்றால், என்மீது மிகவும் நம்பிக்கையற்றிருந்தேன். அதற்கு முதல் நாளிலிருந்து படித்தவர்கள் கூட்டத்தைச் சேர்ந்தவளென்கிற நினைப்பு எனக்கு வந்துவிட்டது, அதைக் கொண்டாடும்விதமாக, இரவு உணவின்போது கொஞ்சம் அதிகமாகவே குடித்திருந்தேன். மனதில் வழக்கத் திற்கு மாறான குதூகலம். தந்தையிடத்தில் இலக்கியத்தில் பட்டப்படிப்பு படிக்கப்போகிறேன் என்றும்; மெத்தப் படித்தவர்களோடு மட்டுமே இனிப் பழகுவேனென்றும்; பலரும் புகழும் அளவிற்கு உயர்வதோடு, எல்லா அறிவு ஜீவிகளையும் போலவே பிறரைக் குழப்பும் உத்தேசம் உண்டென்றும் கூறியிருந்தேன். என்ன செய்வது, அப்பா வென்றாலும் இப்புதிய அவதாரத்தைச் சரியாய்த் தொடங்க, அதற்குண்டான விளம்பரத் தந்திரங்களையும், காட்சிகளையும் அரங்கேற்றத்தானே வேண்டும்? இரு வருமாக உபயோகமற்ற செய்திகளைப் பறிமாறிக் கொண்டோம், கைகொட்டி ஆரவாரம் செய்தோம். ஆன்னும் எங்களுடன் சேர்ந்து சிரித்தாள், அதில் அடக்க மிருந்தது. சில நேரங்களில், புதிய மாற்றத்தின் ஆரம்பத்தைச் சரியாகத் தொடங்கவென்று பேசுகிற பேச்சில் இலக்கியம், நியாயம் என்று பேசுவதற்கு நிறைய சங்கதிகள் இருந்த போதிலும், ஆன்னி அமைதியாகக் கேட்டுக்கொள்வாளே அன்றி சிரிப்பதில்லை. அப்பா தனது மகிழ்ச்சியை வெளிப் படையாகவே காட்டிக்கொண்டார், எங்கள் பொருளற்ற நடவடிக்கைகள் மறுபடியும் தொடர்ந்தன. நடப்பவற்றை வேடிக்கை பார்த்தபடி ஆன்னி இருந்தாள். கடைசியில், அவளும் அப்பாவுமாக என்னைப் படுக்கச்செய்து, போர்த்திவிட்டார்கள். மனம் நெகிழ்ந்துவிட்டது. இரண்டு

பேருக்கும் நன்றி சொன்னவள், "நீங்களிருவரும் இல்லையெனில் தனியொருத்தியாக என்னால் என்ன செய்யமுடியும்?" என்று கேட்டேன். அப்பாவிடத்தில் பதிலில்லை. மாறாக ஆன்னி கடுமையான திட்டமொன்றை வைத்திருப்பள்போல முகத்தைக் காட்டினாள். அதனை எனக்குச் சொல்லவேண்டுமென்று கேட்டுக்கொண்டதைப்போல மெல்லக் குனிகிறாள். பிறகு என்ன நடந்ததென்று ஞாபகமில்லை, உறங்கிவிட்டேன். நடுநிசியில் விழித்துக்கொண்டபோது, மனதில் மீண்டும் குழப்பம். அதற்கு முன்பு அப்படியொரு மோசமான விழிப்பனுவத்தை அறிந்ததில்லை. ஏதேதோ சிந்தனைகள், மனதில் தயக்கம். காலை நேரக் கடலையும் ஆரவாரமிடும் கடல் பறவைகளையும் அலட்சியம் செய்துவிட்டு, ஊசியிலைமரத் தோப்பினை நோக்கி நடந்தேன்.

தோட்டத்துக்குப் போகும் வாயிலில் சிரில் நின்றுகொண்டிருந்தான். என்னைப் பார்த்ததும் ஓடிவந்து கைகளால் அணைத்துக்கொண்டான். இறுகத் தழுவியவன், உளற ஆரம்பித்தான்:

"அன்பே ... உன்னைப் பத்தின கவலைகள்தான் எனக்கு வெகு நாட்களாகவே ... அந்தப் பெண்மணி உன்னை வேதனைப் படுத்தும் அளவுக்கு, என்ன தவறு செய்தாய் ...? இந்தப் பிரச்சினை என்னையும் வாட்டுமென்று நான் நினைக்கவில்லை. மதியத்திற்குப் பிறகு, ஒவ்வொருநாளும் எத்தனை முறை, கடலருகே உன்னை எதிர்பார்த்துக் காத்திருந்திருக்கிறேன், தெரியுமா? என்னாலேயே நம்பமுடியவில்லை, அந்த அளவிற்கு உன்னை நேசிக்கிறேன்."

"நான் கூட" என்று ஆமோதித்தேன்.

உண்மையில், சிரிலுடையப் பேச்சு வியப்பாக இருந்தது மட்டுமல்ல, என் மனதையும் தொட்டது. அவனது மனவேதனைகளுக்கு நானே காரணம் என்பதை நினைத்தும், உணர்வுகளை அவனிடத்தில் வெளிபடுத்தத் தெரியாமலும் வருந்தினேன்.

"என்ன, முகமெல்லாம் இப்படி வெளுத்திருக்கிறது? உன்னைப் பத்திரமா பார்த்துகொள்ளவேண்டியது என்பொறுப்பு. இனியும் உன்னைப் பிறர் துன்புறுத்துவதைப் பார்த்துக்கொண்டு சும்மாயிருக்க முடியாது."

இத்தனை கூத்துக்கும் எல்சாதான் காரணமென்பதைப் புரிந்துகொண்டு, மனதிற்குள் அவளைப் பாராட்டினேன். சிரிலுடைய அம்மா எல்சாவைக் குறித்து என்ன நினைக்கிறார்களென்று அவனிடம் கேட்டேன்.

"எலிசாவை எனது தோழியென்றும், உறவென்று சொல்லிக் கொள்ள அவளுக்கு எவருமில்லையென்றும், அம்மாவிடம்

அறிமுகம் செய்தேன். தவிர, எல்சாவிடமும் குறைசொல்ல என்ன இருக்கிறது? அந்தப் பெண் தொடர்பான உண்மை களை ஒன்றுவிடாமல் சொன்னவளும் அவள்தான். ஆன்னி முகத்தில்தான் எத்தனை மென்மை தவிர பெரிய இடத்துப் பெண்மணி மாதிரியான தோற்றம். கடைசியில் நடத்தையைப் பார்.. எவ்வளவு கேவலம்? நம்ப முடிகிறதா?"

"எலிசா ரொம்பவும் மிகைபடுத்தியிருக்கிறாள்" குரலில் சுரத்தில்லாமல் சொன்னேன். அவளிடத்தில் உண்மையில் நான் என்ன சொல்ல வேண்டுமென்று நினைத்தேன் என்றால் . . ."

சிரில் சட்டென்று குறுக்கிட்டான்.

"நிறைய விஷயங்கள் உன்னிடத்தில் பேசவேண்டும். செசில், என்னை மணம் செய்துகொள்வாயா?"

எதிர்பார்த்ததுதான் என்றாலும், இப்படிப் போட்டு உடைப் பானென்று நினைக்கவில்லை. மனம் கலவரப்பட்டது. எதாவது செய்தாகவேண்டும், சொல்லவேண்டும் . . . தலைசுற்றுகிறது..

"உன்னைக் காதலிக்கிறேன்." காதில் முணுமுணுக்கிறான். "சட்டப் படிப்பைத் தொடர்ந்து படிக்கப்போவதில்லை. எனக் கென்று ஒரு நல்ல வேலை காத்திருக்கிறது, உறவினர் ஒருவர் ஏற்பாடு செய்திருக்கிறார். இப்போது எனக்கு வயது இருபத்தாறு, நானொன்றும் சின்னப் பையனில்லை. ஏதோ வேடிக்கைக்காக இத்தனையும் சொல்கிறேன் என்று நீ நினைக்கக் கூடாது, தெரிந்துகொள். உன்னுடைய பதிலுக்காகத்தான் காத்திருக்கிறேன். என்ன சொல்கிறாய்?"

அவனை எப்படிச் சமாளிப்பது என்ற குழம்பினேன். அவனை மணம் செய்துகொள்ளவேண்டும் என்ற விருப்பம் எனக்கில்லை. அவனைப் பிடித்திருந்தது, நேசிக்கவும் செய்தேன். அதற்காக அவன் மனைவியாக வேண்டுமென்றால் எப்படி? அவன் என்றில்லை, வேறொருத்தனைக்கூட மணம் செய்து கொள்கிற எண்ணமொன்றும் இல்லை. வாழ்க்கை எனக்கு அலுத்திருந்தது.

"சிரில் . . . அவசரப்படாதே, அது முடியாது. அப்பா . . ." வார்த்தைகள் குழறின. தடுமாற்றத்துடன் பேசினேன்.

"என்ன? . . . உங்க அப்பாவை நினைத்துப் பயமா? விடு, உனக்கேன் அந்தக் கவலை. நான் பார்த்துக்கொள்கிறேன்."

"இப்போது பிரச்சினை அப்பாவல்ல . . . ஆன்னி. அவள் தான் பிரச்சினை. அவள் இதை விரும்பமாட்டாள். அவளைப் பொறுத்தவரை, நான் சின்னப் பாப்பா, பெரியவளல்ல. அவள் சம்மதமில்லாமல் ஒன்றும் நடவாது, நாளைக்கு அவள் முடியா

தென்றால், அப்பாவும் கண்ணை மூடிக்கொண்டு தலையை ஆட்டுவார். எனக்கு முடியவில்லை சிரில், மனது கிடந்து தவிக்குது, கொஞ்சம் எங்கேயாவது உட்கார்ந்து பேசலாமா? . . . அதோ அங்கே நிற்கிறது எல்சாதானே?”

எல்சா, வீட்டுக்குள் அணிகின்ற கவுனில் அறையிலிருந்து இறங்கி வந்திருந்தாள், களையாகவும் பளிச்சென்றுமிருந்தாள். நான் மெலிந்தும் சோர்ந்துமிருந்தேன். அவர்களிருவருமே பார்வைக்குத் துலக்கமாக, உணர்ச்சியின் விளிம்பில், சந்தோஷ மனோபாவத்துடனிருக்க, என்னிடத்தில் ஒரே சோர்வு. அப்போதுதான் ஏதோ சிறை வாழ்க்கையிலிருந்து மீண்டிருப்பதைப்போல. என்னை உட்காருமாறு கரிசனத்தோடு எல்சா பணித்தாள்.

“ரெமோன் எப்படி இருக்கிறார்? நான் வந்திருப்பது அவருக்குத் தெரியுமில்லையா?” – எல்சா.

நடந்ததை மன்னித்தும், நடக்கவிருப்பதை நினைத்தும், அவள் முகத்தில் மலர்ந்த புன்னகையில் மகிழ்ச்சியின் சாயலிருந்தது. அவளிடத்தில், ‘அப்பாவுக்கு உன்னை மணம்செய்ய விருப்பமில்லை’ என்றோ, சிரில் இடத்தில், ‘எனக்கு உன்னை மணம் செய்துகொள்கிற எண்ணமில்லை’ என்றோ சொல்ல முடியாது. நான் கண்களை மூடி அமைதியாகவிருந்தேன். சிரில் காப்பி கொண்டுவரச் சென்றான். எல்சா நிறுத்தாமல் பேசிக்கொண்டிருந்தாள். அவளுக்கு நான் புத்திசாலியென்கிற நினைப்பு, என்னிடத்தில் அதீத நம்பிக்கை. சிரில் கொண்டு வந்திருந்த காப்பியில் தூள் அதிகம். நல்ல வாசனை. காய்ந்து கொண்டிருந்த சூரியனால் மனதிற்கு தெம்பு.

“நானும் பல வகைகளில் யோசித்துப் பார்த்துவிட்டேன், சரியான வழி புலப்படவில்லை” என்றாள் எல்சா.

“வழி இருந்தால்தானே கிடைக்கும். அந்தப் பெண் மணி மேல் அந்த ஆளுக்கு அப்படியொரு பித்து. அவளும் நல்ல வசியம்பண்ணி வைத்திருக்கிறாள். நாம் செய்வதற்கு இதிலே ஒன்றுமில்லை . . .”

இருக்கிறது . . . அதற்கு வழி இருக்கிறது. உங்களுக்குதான் அதைப் பற்றிய அறிவு போதாது.” என் எதிரிலிருந்த இருவரும் அடக்கமாக, நான் சொல்வதைக் காது கொடுத்துக் கேட்பதைப் பார்க்க, எனக்குப் பெருமையாக இருந்தது. இருவருமே வயதில் என்னைவிட பத்து ஆண்டுகள் மூத்தவர்கள், இருக்கட்டுமே. என் அளவிற்கு யோசிக்கத் தெரியவில்லை என்கிறபோது வயது முக்கியமா என்ன? அடுத்த கணம் சர்வசுதந்திரமும் கிடைக்கப் பெற்றவள் போலப் பேசத் தொடங்கினேன்.

"உளவியல் ரீதியில் இதை நாம் அணுகவேண்டும்."

அதிக நேரமெடுத்துக்கொண்டு, எனது திட்டத்தை விளக்கமாக அவர்களிடம் சொன்னேன். முன்தினம் எப்படியெல்லாம் நான் விவாதித்திருந்தேனோ, அவற்றையே அவர்களிடத்தில் திரும்பவும் கேட்க நேர்ந்தது. அவர்கள் எழுப்பிய மறுப்புகளை வலுவிழக்கச் செய்ய முயன்று மனநிறைவு அடைந்தேன் – ஒருவகையில் செலவில்லாமல் கிடைத்த மகிழ்ச்சி. ஆனாலும் அவர்களிருவரையும் எனது கருத்துக்கு இணங்க வைப்பதற்குள் போதும்போதுமென்று ஆகிவிட்டது. "தாராளமாக நம்மால் அவர்களுக்கு எதிராகச் செயல்படமுடியும்" என்றேன். ஆனால் அத்திட்டத்தை நடைமுறைப்படுத்தும் எண்ணமெதுவும் அப்போதைக்கு மனதில் சுத்தமாக இல்லை, சிரிலிடமும் எல்சாவிடமும் எனது தயக்கத்தைச் சொல்ல நினைத்தபோதும், அதற்குச் சரியான காரணங்களை வைக்கவேண்டுமே என்பதால் குழப்பமிருந்தது.

"எனக்கென்னவோ நீ சொல்வது எதுவும் சரியாகத் தோன்றவில்லை. உன்னை மணம்செய்ய இதைத் தவிர வேறு வழிகளில்லையென்பதால் ஏற்கிறேன்."

"நான் என்ன சொல்லவருகிறேன் என்றால், நடந்தவற்றுக்கு ஆன்னி மாத்திரம் பொறுப்பல்ல."

"என்ன நடக்குமென்று உனக்கு நன்றாகவே தெரியும். நாளைக்கு அவளும் உங்கள் குடும்பத்தில் ஒருத்தி என்றால், இனி அவள் யாரைக் கை காட்டுகிறாளோ அவனைத்தான் நீ மணம் செய்தாகவேண்டும்" – எல்சா.

அப்படியும் நடக்கலாம். என் கண்முன்னே காட்சிகள் விரிந்தன. எனது இருபதாவது பிறந்ததினம். ஆன்னி இளைஞன் ஒருவனை அழைத்து வருகிறாள். அநேகமாகப் பட்டதாரி இளைஞன். பிரகாசமான எதிர்காலமுள்ள பையன், அதிபுத்திசாலி, கட்டுடல், பரஸ்பர புரிந்துணர்வுகளுக்குச் சொந்தக்காரன் இத்யாதி இத்யாதி பண்புகளுடன், ஓரளவிற்கு சிரிலையொத்து ... கலகலவென்று சிரித்தேன்.

"தயவு செய்து சிரிக்காதே ... இதொன்றும் சிரிக்கிற விஷயமல்ல. சொல்லு .. எல்சாவைக் காதலிப்பதுபோல நடித்தால் உன் மனதுக்குப் பொறுக்குமா? இந்தமாதிரி திட்டத்தையெல்லாம், எப்படி உன்னால் யோசிக்க முடிகிறது. என்னை நீ காதலிப்பது உண்மைதானே?"

சிரில் குரலைத் தாழ்த்திப் பேசினான். புரிந்துகொண்டவள் போல எல்சா விலகியிருந்தாள். பழுப்பு நிறம், கண்களில் சோர்வு, நிறைய ஏக்கமென்றிருந்த அவனது முகத்தை ஏறிட்டு

நோக்கினேன். அவன் என்னைக் காதலிக்கிறான், உண்மை. ஓர் வித்தியாசமான உணர்வை அது எனக்குக் கொடுத்தது. அவனது வாய், உயிர்ப்புள்ள உதடுகள், அத்தனை நெருக்கத்தில்... எனது அறிவுஜீவி மனப்பான்மை சட்டென்று விலகிக்கொண்டது. மெல்ல என்மீது இறங்கிய அவனது முகம், எனது அதரங்கள் இடம்பார்த்து அமர்ந்தன. தாங்கள் ஏற்கனவே அறிமுகமானவர்கள் என்பதை இருதரப்பு அதரங்களும் புரிந்துகொண்டிருக்க வேண்டும். விழிகள் மலர, வேர்பிடித்தவள்போல அசையாமல் அமர்ந்திருக்கிறேன். அசைவற்று அவனது உதடுகள் எனது உதடுகளோடு பொருந்தின. வெப்பம் குறைந்திராத தடித்த உதடுகள். அவற்றின் குறும்பயணத்தில் மெல்லிய அதிர்வு. முடிவுக்குக் கொண்டுவர நினைத்ததைப்போல, அழுந்தப் பதிந்து பின்னர் விலகிக்கொண்டன. அவனது முத்தம் எனது உடலைச் சீண்டிவிட்டிருந்தது, நான் அதிர்ந்துகொண்டிருந்தேன். அவன் எனது உடல் எங்கும் கோலோச்சுகிறான், நான் செய்வதறியாமல் தவிக்கிறேன். எத்தனை பலம், எத்தனை தந்திரம்... படித்துப் பட்டம் பெறுவதைக்காட்டிலும் ஒரு பையனைப் பட்டப்பகலில் முத்தமிடுவது எனக்குச் சுலபமாக வருமென்று புரிந்தது. ஆசுவாசப்படுத்திக்கொள்ள கொஞ்சம் விலகிக்கொண்டேன்.

"செசில், நாம் ஒன்றாக இருக்கலாம். திட்டமிட்டபடி, எல்சாவுடனான காதல் விளையாட்டுக்கு நான் தயார்."

என்னுடைய கணக்கு சரியா? போடவிருக்கிற நாடகத்தின் சூத்ரதாரி என்கிற வகையில் இப்போதுகூட அனைத்தையும் நிறுத்திவிட முடியும்.

"உன்னுடைய திட்டங்களை நினைக்க ஆச்சரியமாகத்தான் இருக்கிறது" புன்னகைத்தபடி கூறினான். அவனுக்கேயுரிய தப்பிக்கும் புன்னகை, உதட்டை மெல்ல உயர்த்தி, போக்கிரிக் குணத்தை அடையாளப்படுத்தியது. சாதாரணப் போக்கிரியல்ல, மகா போக்கிரி.

"சிரில், தயவு பண்ணு... முத்தமிடு... வா நெருக்கமா வா... என்னை புரிஞ்சுக்கோ... சீக்கிரம்..."

ஆமாம், அப்படித்தான் விருப்பம் இல்லாமலேயே, ஒருவித உந்துதலில் அந்த நாடகத்தை ஆரம்பித்துவைத்தேன். கசப்பும் கடுமையும் இருந்தபோதிலும், என்னைமீறிச் சிலவிடயங்கள் நடக்கிறபோது, அம்மாதிரியான தருணங்களை வரவேற்றேன். தவிர இந்தவிஷயத்தில் குற்றவாளியென்றால் அது நானாகத்தான் இருக்கவேண்டும். எனது சோம்பலோ, சூரியனோ, அல்லது சிரிலுடைய முத்தமோ குற்றவாளிகளல்லர்.

சரியாக ஒரு மணிநேரத்திற்குப் பிறகு, இனி இருந்தால் தலையைப் பிய்த்துக் கொள்ளவேண்டுமென்கிற நிலையில், எனது புதிய கூட்டாளிகளிடம் சொல்லிக்கொண்டு புறப் பட்டேன். எனது இரண்டுங்கெட்டான் முடிவுக்குச் சாதக மாகப் பல காரணங்கள் இருந்தன. முதலில் எனது திட்டம், எனக்கே அதன் வெற்றியைக் குறித்து நம்பிக்கை இல்லை. பிறகு ஆன்னி மீது அப்பா கொண்டுள்ள மோகம். நாளைக்கே இம் மோகம் அவரை விசுவாசமிக்க மனிதராக மாற்றக்கூடும். அடுத்து சிரிலோ, எல்சாவோ எனது துணையின்றி, தன்னிச் சையாய் செயல்படக்கூடியவர்கள் என்று நான் நினைக்க வில்லை. எனது தகப்பனார், இவ்விளையாட்டில் மும்முரமாய் இறங்கிவிட்டதுபோல ஓர் அறிகுறி. இந்தநிலையில் எனக்கேன் வம்பு? நான் போட்ட உளவியல் கணக்குகள் சரியா தவறா என்பதைப் பார்ப்பதில் மட்டும் ஒருவித ஆனந்தம், எப்போதும்போல இருந்தது.

தவிர சிரில் என்னைக் காதலிப்பதும், என்னை மணம் செய்துகொள்வதில் அவனுக்குள்ள விருப்பமும் என்னை மகிழ்ச்சிக்கடலில் ஆழ்த்தியிருந்தன. ஒன்று அல்லது இரண்டு வருடங்களில் வளர்ந்து பெரியவளாகிவிடுவேன். அதுவரை அவன் காத்திருப்பானென்றால், எனக்கும் இந்தத் திருமணத்தில் பூரண சம்மதம். மனதில், சிரிலோடு வாழ்வதுபோலக் காட்சி. அவனோடு உறங்குகிறேன், அவனைவிட்டு விலகாமல், எந்நேரமும் அவனுடனேயே இருக்கிறேன். ஒவ்வொரு ஞாயிறன்றும் நாங்கள் இருவரும் மதிய உணவுக்காக அப்பா, ஆன்னி சகிதம் சாப்பிடச் செல்கிறோம். அப்பா, ஆன்னி, சிரில், நான், சிரிலுடைய அம்மாவென அனைவரும் உணவு மேசையில். வழக்கம்போல சிரிலுடைய அம்மா தனது பேச்சால் உணவு நேரத்திற்குக் கலகலப்பூட்டுகிறாள்.

ஆன்னி மேற்தளத்தில் நின்றுகொண்டிருந்தவள், கடலில் அப்பாவைப் பார்த்ததும் இறங்கி அவரோடு சேர்ந்துகொண்டாள். நான் அவர்களை நெருங்கியதும் வரவேற்ற முகத்தில் ஒருவித நமட்டுச்சிரிப்பு. ஏதோ முதல்நாள் நிறைய குடித்த மனிதர் களை மறுநாள் பார்ப்பதுபோல. "நேற்றைய இரவு ஏதோ சொல்லவந்தாய், அதற்குள் நான் கண்ணயர்ந்துவிட்டேன். அதை இப்போது சொல்லமுடியுமா?" என்று ஆன்னியிடம் கேட்டேன். சிரித்துக்கொண்டே மழுப்பினாள். அதற்குப் பொருள், சொன்னால் நான் வருந்துவேனாம். அப்பா, நீரிலிருந்து எழுந்த போது, எப்போதும்போல அவரது வாட்டசாட்டமான உடல் என்னைக் கவர்ந்தது. ஆன்னியுடன் சேர்ந்து நானும் நீந்தினேன். தலைமுடியில் தண்ணீர் படாமல் தவிர்க்க நினைத்தவள் போல, தலையை நீருக்குமேலே வைத்தபடி நிதானமாக நீந்தினாள்.

வணக்கம் துயரமே!

பின்னர் மூவருமாக அருகருகே வயிறுபடிய நீந்தினோம். நான் நடுவில் சத்தமின்றி அமைதியாக நீந்த, இருபுறமும் அவர்கள்.

அபோதுதான் நீர்ப்பரப்பில் மறுகோடியில், பாய்விரித்த விளையாட்டுப் படகு ஒன்று கண்ணில்பட்டது. எனது தந்தை தான் அதை முதலில் பார்த்தார்.

“அட நம்ம சிரில்! என்ன ஆச்சு அவனுக்கு?” எனச் சிரித்தபடி கேட்ட அப்பா, மீண்டும், “ஆன்னி... அவனை மன்னிக்கலாம். என்ன நினைக்கிறாய்? உண்மையில் அவன் நல்ல பையன்” என்றார்.

தலையை உயர்த்திப் பார்த்தேன், நிலைமையின் விபரீதம் உறைத்தது.

“என்ன செய்கிறான் அவன்? நம்ம பக்கம் வந்ததும் இத்தனை வேகமெதற்கு? அடடே, அவன் தனியாக இல்லையே, கூட இருக்கிறது யாரு...?” – மீண்டும் அப்பா.

அடுத்து, ஆன்னி தலையை உயர்த்திப் பார்த்தாள்... படகு எங்களைக் கடந்தபோது வேகமெடுத்தது. சிரில் கண்ணில் பட்டதும், அவனிடத்தில் மானசீகமாக வேண்டாம், போய் விடென்று கெஞ்சுகிறேன்.

இரண்டு நிமிடத்திற்குப் பிறகும் நடந்து முடிந்த சம்பவத்தின் அதிர்ச்சியிலிருந்து, அப்பா மீளாமலிருந்தார். அவர் என்ன சொல்லப் போகிறார் எனக் காத்திருந்தேன்.

“அட... எல்சாதானே அது? அவனுக்கென்ன வேலை இங்கே” என்றவர் ஆன்னியிடம், “அவள் கெட்டிக்காரி... பாரேன் அந்தப் பையனை வளைத்துப் போட்டால், கிழம் தன்னைக் கூடவே வைத்துக்கொள்ளுமென்று நினைக்கிறாள் போல.”

அப்பா சொன்னது எதையும் ஆன்னி காதில் வாங்கிய தாகத் தெரியவில்லை. எனதுபக்கம் திரும்பினாள். அவளை ஒருகணம் ஏறெடுத்துப்பார்த்தேன், குற்ற உணர்வில் அவளைப் பார்க்கத் துணிவு அற்று மணற்பக்கமாய் முகத்தைத் திருப்பிக் கொண்டேன். மெல்ல நீண்ட அவளது கரம், எனது கழுத்தில் விழுந்தது.

“இங்கே பார், என்னைப் பழிதீர்த்துக்கொள்கிறாய், அப்படித் தானே?”

கண் திறந்து பார்க்கிறேன். அவளது பார்வையில் கவலை, ஒரு விதக்கெஞ்சல். முதன் முறையாக உணர்ச்சியுள்ள ஜீவனைப்

பார்க்கிற பார்வை. முன்பொருநாள் இப்படித்தான்... நான் மெல்லச் செருமுகிறேன். அவளது கரத்திலிருந்து விடுபட நினைத்தவள்போலப் பலவந்தமாகத் தலையை எனது தகப்பனார் பக்கம் திருப்பினேன். அவர் இன்னமும் படகைப் பார்த்தபடியே இருந்தார்.

"செசில் செல்லம்... தப்பு என்னுடையதுதான். உன்னிடத்தில் இத்தனை கடுமையாக நடந்திருக்கக்கூடாது, ஒத்துக் கொள்றேன்... ஆனால் உன் மனதை நோக அடிக்கணுங்கிறதும் எனது விருப்பமில்லை, என்னை நம்பு." – ஆன்னி.

எனது தலை, கழுத்தென்று அவளது கை தடவியபடி முன்னேறியது. அசையாமல் இருந்தேன். அலை திரும்பும்போது எல்லாம், மணல் எனது சரீரத்தில் ஏற்படுத்திய குறுகுறுப்பை, அவளது தீண்டலில் உணர்ந்தேன். எதிரியின் வெற்றியில் குதூகலிக்கும் மனப்பான்மை, ஒருவித இதம் என்னைக் கவ்வியது. எனது கோபமோ, இச்சையோ அல்லது வேறு உணர்வுகளோ எனக்கு இதுவரை தந்திராத அனுபவம். போதும், இந்த நாடகமெல்லாம் போதும், இனி அவர்கள் இருவரின் கைகளிலேயே காலமுச்சூடும் கிடக்கலாமோ என்றுகூட மனது நினைத்தது... இதுவரை எனது வாழ்க்கையில் இப்படியொரு பலவீனத்தின் முரட்டுப் பிடியில் சிக்கி வருந்தியதில்லை. கண்களை இறுக மூடினேன். எனது இதய ஓட்டம் நின்றுவிட்டதுபோல பிரமை.

❖

10

அப்பாவால் முடிந்ததெல்லாம் ஆச்சரியப்பட்டுக் கொண்டிருப்பது, அன்றைக்கும் அதைத்தான் செய்தார். எங்கள் வில்லாவுக்கு எல்சா வந்துபோனதையும் தனது உடைமைகளைக் கொண்டுசென்றதையும், பணிப்பெண் அப்பாவிடம் கூறினாள். சொன்னவள், எனக்கும் எல்சா வுக்கும் இடையில் நடந்த உரையாடல் பற்றி மூச்சு விடாதது ஏனென்று புரியவில்லை. பணிப்பெண், உள்ளூர் பெண்மணி, கற்பனை வளமும் இருக்கவேண்டும், எங்களி டையே நடந்த சம்பவங்களைக் கூட்டிக் கழித்துச் சுவாரஸ் யமான முடிவொன்றுக்கு அவள் வந்திருக்கக்கூடும். அதிலும், பணிப்பெண்ணொருத்திக்கு கொஞ்ச நாட்களாக எங்கள் அறைகளில் ஏற்படும் மாற்றங்கள் தெரியாதா என்ன?

ஆன்னியும் அப்பாவும் தங்கள் மனதில் ஏற்பட்டிருந்த வருத்தங்களை மறைத்துக்கொண்டு, எனது நலனில் காட்டிய அக்கறைகள் ஆரம்பத்தில் எனக்குத் தலைவலி யாக இருந்தன. பின்னர் வெகு சீக்கிரத்திலேயே அவற்றின் தேவையை உணரத்தொடங்கினேன். ஒருகட்டத்தில் சிரிலையும் எல்சாவையும் மிக நெருக்கமான ஜோடியாக எங்கேயாகிலும் சந்திக்க நேரிட்டால், இத்தனைக்கும் அதற்கு நானே காரணமென்றாலுங்கூட, வெறுக்கத் தொடங்கினேன். படகுச்சவாரியையெல்லாம் மறந் தாயிற்று. கடந்த சில நாட்களாக படகில் என் இடத்தில் எல்சா. அவளது தலைமுடியும், என்னுடையதைப் போலவே காற்றில் அலைவதையும் பார்க்கிறேன். அவர்கள் இருவரையும் ஊசியிலைத் தோப்பு, கிராமம், சாலை களென எங்கே சந்திக்கநேர்ந்தாலும், முகத்தை இறுக்க மாக வைத்துக்கொள்ளவும் ஒதுங்கிக்கொள்ளவும் எனக்குச் சுலபமாய் முடிந்தது. அந்த நேரங்களில், ஆன்னி என்னைத்

தேற்றுவதுபோல சாடையாகப் பார்ப்பாள். எனது தோளில் கைபோட்டு ஆறுதலாக அணைத்துக்கொள்வாள். அவளிடம் கண்ட இந்த மாறுதல்கள் உண்மையா என்ற கேள்வியும் எனக்குள் எழுந்தது. சமீப நாட்களில் அவளிடத்தில் நான் கண்ட அன்பினை, தேர்ந்த மதிநுட்பம் என்பதா அல்லது அசிரத்தையென்று சொல்லி முடித்துக்கொள்வதா என்கிற குழப்பம் வேறு. நிலைமைக்குத் தகுந்தவாறு பேசவும் செயல் படவும் ஆன்னி வல்லவள் என்பதும் தெரிந்ததுதான். தவிர உண்மையிலேயே சிரிலுக்காக நான் வருந்துவதாக இருந்தால், ஆன்னி இந்த அளவிற்கு என்மீது அக்கறை காட்டுவாளா என்கிற ஐயமும் நிறைய இருந்தது.

அம்மாதிரியான சூழ்நிலையில், நடப்பது நடக்கட்டுமென நானுமிருந்தேன். எதிர்பார்த்ததுபோல சிரில் – எல்சா ஜோடியைக் கண்டு அப்பாவுக்குப் பொறாமை ஏதுமில்லை என்பதை அவரிடத்தில் பேசித் தெரிந்துகொண்டேன். சொல்லப்போனால் என் தகப்பனாருக்கு ஆன்னி மீதுள்ள பிரியத்தை நடந்த சம்பவங்கள் உறுதிப்படுத்தியதோடு, என்னுடைய திட்டங்கள் ஒன்றுக்கும் உதவாதவை என்பதையும் விளங்கவைத்தன. ஒருநாள் எனது தந்தையுடன் அஞ்சல் அலுவலகத்துக்குச் செல்லவேண்டி இருந்தது. எல்சாவும் எதிர்பாராதவிதமாக அங்கு வந்திருந்தாள். எங்களைப் பார்த்தும் பார்க்காதவள்போல இருந்தாள். எனது தகப்பனாரோ, அறிமுகமில்லாத பெண்ணொருத்தியைப் பார்த்து வியப்பதைப்போல, அவள் பக்கம் திரும்பியவர், மெல்ல சீழ்க்கை யடித்தபடி "என்னமா மாறிட்டா இந்த எல்சா!" என வியந்தார்.

"அவளை மாத்தினது காதலைத்தவிர வேறு என்ன இருக்க முடியும்?" என்றேன் நான். அவரது கண்கள் ஆச்சரியத்தால் விரிந்தன.

"ஆக உனக்கு அந்தப் பையன் கிடைக்கலை என்கிற வருத்தமொன்றும் இல்லையென்று சொல்லு . . ."

"இதிலே நான் வருத்தப்பட என்ன இருக்கிறது? ரெண்டு பேருக்கும் கிட்டத்தட்ட ஒரேவயது. அதனாலே பிரச்சினை கள் குறைவு. ஒத்துப்போகும்."

"ஆன்னியை அவன் காதலிக்கவில்லை, பிரச்சினைகளும் இல்லை, அப்படித்தானே?"

என் தந்தையின் முகம் சிவந்திருந்தது.

"நான் ஒருத்தியை வேண்டாமென்று சொன்னால், அவளை அந்த ராஸ்கல், தன்னுடையவளாக மாற்றிக்கொள்ள நியாய முண்டு என்பதுதான் உன்னுடைய எண்ணம் . . ."

"இல்லை. காதல் விஷயத்தில் வயதுக்கும் பங்கிருக்கிறதென்று சொல்லவந்தேன் ..."

அப்பா தோளைக் குலுக்கியவர், அமைதியானார். வழியில் எதையோ சிந்தித்தபடி வந்தார். எல்சாவுக்கும் சிரிலுக்கும் வயதிலுள்ள ஒற்றுமையும், அடுத்து வயதுகேற்ற பெண்ணை மணக்கவிருப்பதன் மூலம் தானும் பிற ஆண்களோடு ஒத்துப் போகக்கூடும் என்பது மாதிரியான எண்ணங்களும் அநேகமாக மனதிலிருக்கலாம். இந்த விஷயத்தில் தனிப்பட்ட வகையில் நானும் ஜெயித்திருக்கிறேன். ஆன்னி விழியோரங்களில் தெரிந்த வரிகளையும், உதடுகளையொட்டித் தெரிந்த சுருக்கங்களையும் பார்க்க மனதுக்கு வேதனையாகவும் இருந்தது. என்னசெய்வது? மனம்போன போக்கில் போவதும் பின்னர் அதற்காக வருந்து வதும், எனக்குப் பழகிவிட்டது.

ஒருவாரம் கழிந்தது. சிரிலும், எல்சாவும் தங்கள் பிரச்சினை களின் போக்கைப்பற்றி எதுவும் அறியாமல் ஒவ்வொரு நாளும் எனக்காகக் காத்திருந்தார்கள். அவர்களிடத்தில் சென்றால் யோசனைகள் அல்லது திட்டங்கள் என்ற பேரில் எனது வாயைக் கிளறினால், என்னாலும் சும்மா இருக்கமுடியாது, எதையாவது உளறிவிடக்கூடும் என்கிற பயத்தில் நானும் போகாமலிருந்தேன். தவிர மதியவேளைகளில் தேர்வுக்குப் படிக்கிறேன் என்று பேர்பண்ணிக்கொண்டு எனது அறைக்குச் சென்று கதவை அடைத்துக்கொள்வது உண்டு. உண்மையில் சும்மாதானிருந்தேன். யோகா சம்பந்தப்பட்ட புத்தகமொன்று கிடைக்க, மிகுந்த அக்கறையோடு அதில் எழுதியிருந்தபடி செய்து பார்த்தேன். அதன்படி சில நேரங்களில் தன்னந்தனியே சிரிக்கவேண்டி இருக்கும். சிரிப்பேன். ஆனால் ஆன்னிக்குக் கேட்குமோ என்று சத்தம்போடாமல் முடிந்தமட்டும் அமைதி யாகத்தான் சிரிப்பது வழக்கம். அவளிடத்தில் கடுமையாக உழைக்கிறேன் என்று கூறினேன். காதலில் நான் அடைந்துள்ள தோல்வியை, பெற இருக்கிற பட்டம் சரிகட்டிவிடும் என்கிற நம்பிக்கையில் உழைப்பதுபோல அவளிடம் நடந்துகொண்டேன். ஆன்னிக்கும் என்மீது ஒருவித நல்ல எண்ணம் வந்திருப்பது போலத் தெரிந்தது. உணவின்போது காண்ட் பற்றியெல்லாங்கூட பேசப்போக, இத்தனைதூரம் நான் போவேனென்று என் தந்தை எதிர்பார்க்கவில்லை போலிருக்கிறது. அவரது முகத்தில் ஏமாற்றம்.

ஒரு நாள் மதியத்துக்குப்பிறகு, இந்துமத யோகி போல ஒரு பெரிய துண்டை உடலில் சுற்றிக்கொண்டேன். வலதுகாலைத் தூக்கி இடது தொடைமீது போட்டுக்கொண்டு கண்ணாடியை வெறித்துப் பார்த்தபடி அமர்ந்தேன். எனது தனிப்பட்ட

மகிழ்ச்சிக்காக இதை நான் செய்யவில்லை, ஆனாலும் ஒரு பெரிய இந்துமத யோகி என்கிற கற்பனையில் மூழ்கியிருந்தது உண்மை. அந்நேரத்தில் அறைக் கதவை யாரோ தட்டினார்கள். பணிப்பெண்தான் கதவைத் தட்டுகிறாள் என்று முதலில் நினைத்தேன். ஏனெனில் கொஞ்சநாட்களாக எதற்கும் கவலைப் படாதவளாக அவளிருந்தாள். உள்ளே வரலாமென்று கத்தினேன்.

வந்திருந்தது ஆன்னி. நானிருந்த கோலத்தைப் பார்த்து விட்டு ஒருவிநாடி அசந்துபோய் நின்றாள். கதவருகே நின்றபடி என்னைப் பார்த்துவிட்டுச் சிரிக்கிறாள்.

“இதென்ன விளையாட்டு?”

“இதுக்குப் பேர்தான் யோகா. இது விளையாட்டு அல்ல. இந்து தத்துவமுறைகளில் ஒன்று.”

மேசையை நெருங்கியவள், என்னுடைய புத்தகத்தைக் கையில் எடுத்துக்கொண்டாள். எனக்குப் பயம்.

திறந்திருந்தது நூறாவது பக்கம். மற்ற பக்கங்களில் ‘அசாத்திய மானது’, ‘கடினம்’, என்றெல்லாம் நிறையக் கிறுக்கியிருந்தேன்.

“மிகுந்த அக்கறையோடு படிக்கிறாய் என்றுதான் நினக்கிறேன். ஆனால் பஸ்காலைப் பற்றிய கட்டுரை குறித்து நிறைய பேசிக்கொண்டிருந்தாயே, என்ன நடந்தது?”

உண்மை. உணவின்போது, எனது சிந்தனை முழுதும் பஸ்காலுடைய வாக்கியமொன்றில் இருப்பதாகவும், அது சம்பந்தமாக நிறைய படித்துக் கட்டுரையொன்று எழுத இருப்ப தாகவும் கதைவிட்டிருந்தேன். உண்மையில் இதுவரை ஒரே ஒரு சொல்லைக்கூட அதற்கென்று எழுத ஆரம்பிக்கவில்லை. ஆன்னிக்கு என்ன பதில் சொல்வதென்று தெரியாமல் நான் விழித்துகொண்டு நிற்க, அவளுக்குப் புரிந்துவிட்டது.

“நீ ஒழுங்காகப் படி, அல்லது படிக்காமல் கண்ணாடிமுன் நின்றுகொண்டு எதையாவது பண்ணு. அது உன்னுடைய சொந்த விவகாரம். ஆனால் என்னை, உன் தகப்பனாரை, மற்றவர்களை ஏமாற்றவென்று நிறைய பொய்களைச்சொல்லி சந்தோஷப்படுகிறாயே அதை நினைத்தால்தான் எரிச்சல் வருகிறது. தவிர இப்பவெல்லாம் ஏதோ ரொம்ப புத்திசாலி மாதிரி நீ நடந்துகொள்வதைப் பார்க்க, நம்பவே முடியவில்லை...”

அவள் போய்விட்டாள். இடுப்பில் துவாலையுடன் பிரமை பிடித்தவள் போல நிற்கிறேன். என்னைப் பொய்காரி என்று எதற்காகச் சொல்லவேண்டும். நான் கட்டுரை அது இதுவென்று பேசியதெல்லாம் ஒருவகையில் அவளைச் சந்தோஷப்படுத்த என்று வேண்டுமானால் வைத்துக்கொள்ளலாம். மாறாக உடனே

என்னைக் குறைசொல்கிறாள். என் விஷயத்தில் அவள் நடத்தையில் ஏற்பட்டிருந்த மாறுதல்கள் ஓரளவுக்கு எனக்குப் பழகிவிட்டிருந்தன. தவிர அவளது வரம்பு மீறிய அமைதியும், என்னிடத்தில் ஓயாமல் குறை காண்கிற அவளது மனோபாவமும், கோபமூட்டின. நான் போட்டிருந்த வேடத்தைக் கலைத்துக்கொண்டு, ஒரு நீண்ட கால் சராயையும், கிடைத்த பழைய சட்டையையும் அணிந்து கொண்டு வெளியே ஓடினேன். வெயில் கடுமையாக இருந்தது, எனினும் பொருட்படுத்தாமல் ஓடினேன். என்னைப் பார்க்கிறவர்கள், என்ன நினைப்பார்களென்றுகூட யோசிக்காமல், பித்துப் பிடித்தவள்போல சிரிலுடைய வில்லாவரை ஓடியவள், வாயிற்படியில் நின்று மூச்சு வாங்கிக்கொண்டேன். பின்னேரத்து வெப்பத்தில் குடியிருப்புகளில் ஓர் இனம்புரியாத அமைதி, மர்மம், ஏதோ அடுக்கடுக்கான ரகசியங்களை உள்ளடக்கியதுபோல. ஒரு முறை அவனது அம்மாவைப் பார்க்கவென்று வந்தபோது, சிரில் தனது அறையைக் காட்டியிருந்ததை நினைவுப்படுத்திக்கொண்டு அங்கே சென்றேன். கதவைத் திறந்தேன். கட்டிலில் தூங்கிக் கொண்டிருந்தான். முழங்கையில் தலையிருந்தது. ஓரிரு நிமிடங்கள் அவனைப் பார்த்திருப்பேன். முதன் முதலாக எனது மனதை நெகிழவைத்தான். தேவைகளை நிறைவேற்றக் கூடியவனென்று மனம் நம்பியது. மெல்ல அழைத்தேன். கண்திறந்து பார்த்தவன் திடுமென்று எழுந்து உட்கார்ந்தான்.

“நீயா? எப்படி இங்கே ...?”

‘சத்தம் போடாதே’ என்பதுபோல கையை அசைத்து சைகை செய்தேன். அவன் அம்மா இங்கே வர நேர்ந்தால், தன்னுடைய மகன் அறையில் என்னைப் பார்க்க நேர்ந்தால், அசம்பாவிதமாக எதையாகிலும் கற்பனை செய்யக்கூடும் என்கிற பயம் ... தவிர எதைச் சொன்னாலும் இந்த நிலையில் அவள் நம்பவும் போவதில்லை. புறப்பட எத்தனித்துக் கதவருகே சென்றேன்.

“ஏய் ... செசில்! நில், போகாதே. பக்கத்தில் வா.” உரத்துச் சொன்னான்.

சிரித்தபடி எட்டி எனது கையைப் பிடித்தவன், விடாமலிருந்தான். திரும்பி அவனைப் பார்த்தேன். அவனது முகம் சற்றே வெளுத்திருந்தது. என்னுடைய நிலைமையும் அதுதான். பிடித்திருந்த கையைத் தளர்த்தினான். நோக்கம் என்னை முழுவதுமாக அவனது கைகளில் வாங்கிக் கொள்வதாய் இருந்திருக்கவேண்டும். அதுதான் நடந்தது. என்னை தன் பக்கமாய் இழுத்துக்கொண்டான். எனது மனம் ஒரு நிலையிலில்லை. ‘ஏதோ நடக்கப்போகிறது, ஏதோ நடக்கப்போகிறது’ என மனம் எச்சரிக்கிறது...

பிறகென்ன? காதல் லீலைகள் ... இருந்த அச்சங்கள் இச்சைகளாக உருவெடுக்க, ஒருவித வாத்சல்யம், வெறி. கடுமையான வேதனைகள் ... இறுதியில் எதையோ வென்றுவிட்ட எக்காளம், பரவசம். அன்றையதினம் நான் அதிர்ஷ்டக்காரி என்பதும், சிரில்லிடத்திலும் நான் எதிர்பார்த்த சுகம் உண்டென்பதும், நிரூபணம் ஆகியிருந்தது.

அவனருகே நினைவு அற்றவளாய், ஒருமணி நேரம் அளவிற்குப் பித்துப் பிடித்தவள்போல இருந்திருப்பேன். காதலையும் ஒருவித விளையாட்டென்று பிறர் சொல்லக் கேட்டிருக்கிறேன். இதுவரை நானும் எனது வயது காரணமாக சிறுபிள்ளைத்தனமாக அப்படித்தான் பேசிவந்திருக்கிறேன். இனி ஒருபோதும் எடுத்தேன் கவிழ்த்தேனென்று என்பாட்டுக்கு எதையாவது சொல்லிவிடக்கூடாது. சிரில் என் மீது சாய்ந்திருந்தான். என்னை மணம் செய்துக்கொள்ளப் போவதாகவும், வாழ்க்கை முழுதும் பிரியாமல் இருக்கப்போவதாகவும் கூறினான். எனது அமைதி அவனுக்குக் கோபத்தைத் தந்தது. நிமிர்ந்து உட்கார்ந்தேன். நேராக அவனைப்பார்த்து, “எனது அன்புக் காதலா” என்று அழைத்தேன். அவன் என் மீது சாய்ந்தான். மெல்லக் குனிந்து துடிக்கும் நெஞ்சில் எனது இதழிரண்டையும் அழுந்தப் பதித்தேன். “சிரில் ... என் அன்பே. . .” முனகினேன். உண்மையிலேயே அப்போது அவனை நேசித்தேனா என்று கேட்டால், என்னிடத்தில் அதற்குப் பதில் இல்லை. காரணம் இந்தக் காதல் விவகாரங்களில் எனக்குத் திடமான சிந்தை ஒருபோதும் கிடையாது. தவிர என்னைப்பற்றி நினைக்கும் போதெல்லாம் வேறுமாதிரியான எண்ணங்கள்தான் உதிக்கின்றன. ஆனால் அந்நேரத்தில் அவன்மீது எனக்கெழுந்த காதலைப்பார்க்க எனக்கே சற்று அதிகமாகப்பட்டது. அவனுக்காக எனது உயிரைக் கொடுக்கவும் சம்மதித்திருப்பேன். நான் புறப்பட்டபோது, அவனை நினைத்து நான் வருந்தினேனா என்று அவன் கேட்கவும், எனக்குச் சிரிப்பு வந்தது.

ஊசியிலைத் தோப்பு வழியாக மீண்டும் எனது இருப்பிடம் திரும்பியபொழுது, மிகவும் களைத்து, மயக்க நிலையிலிருந்தேன். முன்னதாகத் ‘துணைக்கு வரட்டுமா?’ என சிரில் கேட்டபோது, வேண்டாமென்று மறுத்திருந்தேன். வேறு வினையே வேண்டாம். முகத்திலோ சற்றுமுன் அனுபவித்த பரவசத்தின் சுவடுகள், கனத்திருக்கும் உதடுகள், கண்ணிற் தெரிகிற சோர்வு, இன்ப அதிர்ச்சியிலிருந்து மீளாத உடல். ஆக எவரேனும் பார்க்க நேர்ந்தால் ... ஆபத்து இன்னமும் முற்றாக நீங்கவில்லை என்றுதான் சொல்லவேண்டும். வீட்டுக்கு முன்பாக, பெரிய நாற்காலியொன்றில் அமர்ந்தபடி ஆன்னி புத்தகமொன்றை வாசித்தபடியிருந்தாள். ‘எங்கே போயிருந்தாய்?’ எனக் கேட்டால், பதில்

சொல்வதெற்கென்று அழகாய் இரண்டு பொய்களை யோசித்து வைத்திருந்தேன். நல்லவேளை அவளிடத்தில் கேள்விகள் ஏதுமில்லை. எப்போது கேட்டிருக்கிறாள் இப்போது கேட்பதற்கு? எனக்கும் அவளுக்கும் சிலமணி நேரங்களுக்கு முன்னதாக வீட்டில் நடந்த பிரச்சினைகள் நினைவுக்கு வர, அமைதியாகச் சென்று அவளருகே உட்கார்ந்தேன். எனது சுவாசம், எனது விரல்களின் அசைவுகளெனக் கவனத்தைச் செலுத்தியபடி விழிகளை இறுக மூடியவண்ணம் அமைதியாக இருந்தேன். இடைக்கிடையே சிரிலுடைய சரீரமும் அதனை ஒட்டிய மறக்க முடியாத தருணங்களும் எண்ணத்தில் குறுக்கிட்டன.

மேசைமீதிருந்த சிகரெட்டொன்றை எடுத்து தீக்குச்சியை உரசுகிறேன். சட்டென்று அணைந்து போகிறது. அடுத்து இன்னொன்றை எடுத்து, கவனத்துடன் உரசுகிறேன். நல்ல வேளை காற்று இல்லை, மாறாகக் கை நடுங்குகிறது. எரிந்துகொண் டிருந்த தீக்குச்சி சிகரெட்டை நெருங்கியதும், காத்திருந்தது போல பழையபடி அணைந்துவிட்டது. முனகிக்கொண்டே மூன்றாவதாக ஒன்றை எடுக்கிறேன். ஏனென்று தெரியவில்லை, தீக்குச்சியும் அதனைப் பற்றவைப்பதும், அப்போதைக்கு மிகமிக முக்கியமான காரியமாகத் தோன்றியது. ஒருவேளை பக்கத்தில் உட்கார்ந்திருந்த ஆன்னி, தனது அக்கறையற்ற மனோபாவத்தைக் கைவிட்டுவிட்டு, முகத்தை இறுக்கமாக வைத்துக்கொண்டு என்னைக் கண்காணித்தது காரணமாக இருக்கலாம். அதனால் தானோ என்னவோ, சட்டென்று காலத்தையும் இதர காட்சி களையும் துரத்திவிட்டு தீக்குச்சியும், அதில் படிந்திருந்த எனது விரல்களும், சாம்பல்நிறத் தீப்பெட்டியும், ஆன்னுடைய கண்களும் ஆக்ரமித்துக் கொள்கின்றன. எனது இதயத்தின் வேகம் இருமடங்காகியிருந்தது, தாவிக்குதிக்கிறது. விரல் இடுக்கில் சிக்கிய தீக்குச்சி தீப்பெட்டியில் உரச, சட்டென்று ஜுவாலை, தாமதமின்றி வாயிலுள்ள சிகரெட்டை அதனிடத்தில் கொண்டுபோகிறேன். சிகரெட் தீக்குச்சியின் ஜுவாலையை நெருங்கியதும் மீண்டும் அணைந்து போனது. தீப்பெட்டியைத் தரையிலெறிந்துவிட்டு, விழிகளை இறுக மூடிக்கொண்டேன். எதற்காக இந்த நாடகமெல்லாம் என்பதுபோல, தீட்சண்யத் துடனான ஆன்னியின் பார்வை என்மீது படிந்திருப்பதையும் உணரமுடிந்தது. ஒருவிதமான காத்திருப்பு, புரியாத நிலை. யாரேனும் இதை முடிவுக்குக் கொண்டுவரக்கூடாதா? மனம் தவிக்கிறது. எனது முகம் இப்போது ஆன்னியின் கைகளில். மெல்ல முகத்தை உயர்த்துகிறாள். எனது பார்வையை அவள் சந்தித்துவிடக்கூடாதே என்கிற பயத்தில், ஒருவித எச்சரிக்கை யுடன் கண்களை மூடியபடி நான் இருக்கிறேன். சோர்வும் துர்க்குணமும் சந்தோஷமும் என்னிடமிருந்து விடுதலை பெறத்

தீர்மானித்தவைபோல, மெல்ல மெல்லக் கண்ணீர்த் துளிகளாய் அரும்புகின்றன. வழக்கமான உதாசீனத்துடன் ஒருவகை அலட்சிய மனோபாவத்துடனும், இன்னொருவகையில் சமாதானப் படுத்துவதுபோலவும், தனது கைகளை மெல்லத் தாழ்த்தி, எனது முகத்திலிருந்து பின்னர் விடுவித்துக்கொள்கிறாள். அடுத்து சிகரெட் ஒன்றைப் பற்றவைத்து என் வாயில் செருகியவள், வாசித்துக்கொண்டிருந்த புத்தகத்தை மீண்டும் தொடர்ந்தாள்.

அவளது இந்தச் செயல்பாட்டுக்குச் சரியான பொருளை உணர்த்த வேண்டுமென்று தீர்மானித்த நான், அப்படியே செய்யவும் செய்தேன். ஆனால் இன்றைக்கும் எப்போதாவது தீக்குச்சி விஷயத்தில் தவறுகிறபோது, மறக்கமுடியாத அத்தருணம் நெஞ்சை உறுத்துகிறது. எனக்கும் எனது செய்கைக்கும் இடையே யிருந்த ஆழ்ந்த இடைவெளி, ஆன்னியின் கடுமையான பார்வை, அதைச் சுற்றியிருந்த சூன்யம், அச்சூன்யத்துக்குரிய உக்கிரம், ரௌத்திரம் . . .

11

நடந்து முடிந்த சம்பவத்தினால் சில பிரச்சினைகளும் வந்தன. பொதுவாக தங்களிடத்தில் நியாயமிருப்பதாக நம்பிக்கொண்டு, தங்கள் நடவடிக்கைகளில் கறாராக இருப்பவர்களில் பலரும், பிறருடன் இணங்கிப்போகிறவர்கள் அல்லர். ஆன்னியும் அதற்கு விதிவிலக்கானவள் அல்ல. சற்றுமுன்னர் அவள் நடந்துகொண்டமுறையும் அதாவது தனது முரட்டுப்பிடியை மெல்லத் தளர்த்தி, எனது முகத்திலிருந்து கையை எடுத்துக்கொண்ட விதமும் அந்த வகைதான். அவள் மனதில் என்னவோ தோன்றியிருக்கிறது, அதை வெளிப்படையாகச் சொல்லிவிடலாமென நினைத்திருக்கலாம். கடைசியில் என்மீதுள்ள கரிசனமா அல்லது வழக்கமான அக்கறையின்மையா எது காரணமென்று தெரியவில்லை தவிர்த்துவிட்டாள். ஒன்றுமட்டும் தெளிவாகத் தெரிந்தது: என்னைக் கட்டி மேய்ப்பதென்பது எத்தனை சிரமமோ அத்தனை சிரமங்கள் எனது பலவீனங்களை அனுமதித்து, என்னை அணைத்துச் செல்வதிலும் இருந்தன. எனது தகப்பனாரை மணப்பதால் உண்டான கடமை உணர்வென்று சொல்ல முடியுமே ஒழிய, மற்றபடி என்னருகிலிருந்து நன்னெறிப்படுத்தவேண்டிய கட்டாயமேதும் அவளுக்கில்லை. சில நேரங்களில் பிறரிடமுள்ள குறைகளைத் திருத்தவேண்டிய கடமையேதும் நமக்கில்லாதபோது அவற்றோடு இணங்கிப் போவதில்லையா? அதுபோல என்னை எந்நேரமும் உதாசீனப்படுத்தும் அதாவது எப்பொழுதும் கடுகடுவென்றோ அல்லது தொட்டால்சிணுங்கி மாதிரி இருக்கிற அவளது குணத்தையோ (இவையெல்லாம் காரணகாரியம் பார்த்துவருவதில்லை) நானும் அங்கீகரித்திருக்கிறேன். அடுத்த ஆறுமாதங்களில் என்னிடத்தில், 'உன்னால் நான் படுகிற தொல்லைகள் போதுமென' அவள் அலுத்துக்

கொள்ளலாம், அதுவும் பிரியத்தோடு. அதைத் தவிர, அவளுக்கு வேறு வழிகளில்லை. அதைத்தான் நானும் விரும்பினேன். அதற்கு உகந்தவளாகத்தான் நானும் நடந்துகொண்டேன். ஆனால் என்னைப் பராமரிக்கின்ற பொறுப்பு அவளைச் சார்ந்தது என்பதால், அம்மாதிரியான எண்ணமேதும் அவளிடத் தில்லை. இன்னமும் அவள் விரும்பிய வடிவைத் தருவிக்கக் கூடிய களிமண்ணாக நான் இருப்பதும் அதற்குக் காரணமாக இருக்கலாம். களிமண்ணென்றாலும், நான் கடினமானவள். அத்தனை இலகுவாக என்னைக் கையாள முடியாதென்றே நினைக்கிறேன்.

அவள் எண்ண ஓட்டத்தை நான் புரிந்துகொள்ளும்வகை யிலேயே செயல்பட்டுவந்தாள். சில நாட்கள் கழிந்திருக்கும். இரவு உணவின்போது, விடுமுறையில் நான் தயார் செய்ய வேண்டிய பாடங்களைப் பற்றிப் பேச்சு வந்தது. நான் கொஞ்சம் அலட்சியமாக, உரையாடலைக் காதில் வாங்கிக்கொள்ளாமல், உணவில் கவனமாக இருந்தேன். இதனை எதிர்பார்க்காததால் அப்பாவுக்கு அதிர்ச்சி. ஆன்னி என்னைக் கோபத்துடன் இழுத்துப்போய் எனது அறையில் தள்ளிக் கதவை மூடினாள். இத்தனைக்கும் அவர்களிருவருக்கும் எதிராக ஒரு சொல்கூட நான் உரத்து பேசவில்லை. கதவுக்கு வெளியே என்ன நடந்த தென்று எனக்குத் தெரியாது. தாகமாய் இருந்தது, ஓடிச் சென்று கதவைத் தள்ளினேன். அது இறுக்கமாகப் பூட்டியிருக்கிறது. எனக்கு இது புதிது. என்னை இதுவரை யாரும் அறைக்குள் பூட்டி வைத்ததில்லை. எனக்குப் பயமாக இருந்தது. கலவரப் பட்டிருந்தேன். சன்னலுக்கருகில் ஓடுகிறேன், ம்... அதன் வழியாகத் தப்பமுடியாது போலிருந்தது. திரும்பி வந்தேன். பதற்றமாகயிருந்தது. வெறிபிடித்தவள்போலக் கதவில் விழுந்ததில் தோளில் வலி கண்டதுதான் மிச்சம். சத்தமிட்டு பிறரைக் கூப்பிட்டுக் கதவைத் திறக்கும் எண்ணமில்லை. பல்லை இறுகக் கடித்தபடி, நகம் வெட்டும் அலகைக்கொண்டு பூட்டை உடைக்க முயற்சித்தேன், முடியவில்லை. அதனை அப்படியே விட்டுவிட்டு, அறைக்கு நடுவே வெறும் கைகளுடன், செய்வதறியாது திகைத்து நிற்கிறேன். ஒரு சின்ன அசைவில்லை. நிலவிய அமைதியை அவதானிக்கிறேன். மெல்லமெல்ல ஒருவித அமைதி என்னுள் வியாபிக்க, எனது சிந்தனையிலும் தெளிவு. ஏதேனும் செய்யவேண்டு மென்பதில் திடமாக இருந்தேன். முதன்முறையாக தப்பான வழியில் எனது மூளை யோசிக்க ஆரம்பித்தது. என்னை நானே தளையிட்டுக் கொண்டதுபோல நினைப்பு. கடுமையாகச் சிந்தித்து, பின்னர் அவைகளை ஒருமுகப்படுத்தினேன். கவனமாக மனதிற்குள் அடுத்துச் செய்யவேண்டியவைப் பற்றி யோசித்த படி படுத்துக்கிடந்தவள், மதியத்திற்குப் பிறகு அறையைவிட்டு

வெளியேறவேண்டும் என்கிற கோபத்துடன் – எனது திட்டங்களுக்கும் அதற்கும் பெரிதாய் எந்தச் சம்பந்தமுமில்லை – ஒன்றிரண்டுமுறை கதவில் இடிபட்டது ஆச்சரியம்.

மாலை மணி ஆறிருக்கும். அப்பா கதவைத் திறந்துகொண்டு உள்ளேவர, எந்திரத்தனமாக எழுந்து நின்றேன். அவர் வார்த்தையேதுமின்றி என்னைப் பார்த்துப் புன்னகைக்க, நானும் ஒப்புக்குச் சிரித்துவைத்தேன்.

"என்ன? ஏதாச்சும் சொல்லணுமா?" – அப்பா.

"என்ன பேசணும்? எதைப் பேசணுமோ அது உங்களுக்கும் பிடிக்காது, எனக்கும் பிடிக்காது. இப்போது பேசி என்ன ஆகப்போகிறது . . ."

உண்மைதான். அப்பாவின் முகத்தில் நிம்மதி. மீண்டும் என்னிடம், "ஆனால் ஆன்னியிடம் நல்லவிதமாக நடந்து கொள்ளேன். உனக்குப் பணிவு தேவை" என்றார்.

அவர் சொன்னது என்னை உசுப்பிவிட்டது: என்னது . . . நானா? நானா ஆன்னியிடம் பணிந்து போகவேண்டும்? பிரச்சினையை என்மீது திருப்பியிருந்தார். ஆன்னிக்கும் எனக்குமுள்ள பிரச்சினை ஒரு தாய்க்கும் மகளுக்கும் உள்ள பிரச்சினையாகப் பார்க்கிறார். இது உண்மைக்கு மிகமிகப் புறம்பானது. கடவுளே! எதை வேண்டுமானாலும் கற்பனை செய்துகொள்ளலாம் போலிருக்கிறது.

"மோசமாக நடந்துகொண்டுவிட்டேன், ஆன்னியிடம் வருத்தம் தெரிவிக்கலாம் என்றிருக்கிறேன்" என்றேன்

"என்னது . . . என்னாலே நம்பவே முடியலை . . அப்போ உன் மனசிலே கோபமேதும் இல்லையென்று சொல்லு."

"ஆமாம் . . ." தலையை லேசாக ஆட்டினேன். "தவிர நாம் இரண்டுபேரும் ஆன்னிகிட்ட ஏதோ ஒரு வகையில் இழுபட்டு அவதிப்படுகிறோம். சீக்கிரத்தில் நான் மணம் செய்துகொண்டால் பிரச்சினைகள் இல்லையென்று நினைக்கிறேன், வேறொன்றுமில்லை."

இந்த யோசனை நிச்சயமாக அவரை வருத்தமுறச் செய்யுமென்று எனக்குத் தெரியும்.

"சும்மா எதையாவது உளறாதே . . . இப்போது கல்யாணத்திற்கெல்லாம் என்ன அவசரம்? உன்னை வெண்பனிப் பெண்ணென்று கற்பனை பண்ணிக்கொளளாதே. என்னை விட்டு இவ்வளவு சீக்கிரம் விலகிப்போவதற்கு எப்படித் துணிந்தாய்? இதுவரை பெரும்பாலான வாழ்க்கையை நீ

விடுதி விடுதி என்று கழித்தாகிவிட்டது, நாம் இரண்டு பேரும் ஒன்றாக இருந்ததெல்லாம் அதிகபட்சமாக இரண்டு வருடங்கள் இருக்குமா . . . ?"

நினைத்துப் பார்க்க எனக்கும் சங்கடமாகத்தான் இருந்தது. எனது தந்தை மார்பில் சாய்ந்து, எனது சந்தோஷ இழப்புகளை யெல்லாம் சொல்லிக் கதறி அழுதுவிடலாம் என்று நினைத்தேன். என்னால் முடியாது. இந்த ஆட்டத்திற்கு நான் துணைபோக முடியாது.

"அப்பா . . . நான் கொஞ்சம் மிகையாக நடந்துகொண்டேன். உங்களுக்குத் தெரியாதா, ஆன்னிக்கும் எனக்கும் பிரச்சினைகள் வருவதற்கு வாய்ப்பே இல்லை. நாங்களிருவரும் ஒத்துப்போவோம், அதாவது பரஸ்பரம் இருவரும் விட்டுக்கொடுத்து . . ."

"ஆமாம், அப்படித்தான் இருந்திருக்கிறீர்கள். நான் இல்லை யென்று சொல்லவில்லையே."

அப்பா மனதில் என்ன இருக்கிறதென்று எனக்குத் தெரியும். இந்த விவகாரத்தில் நான்தான் விட்டுக்கொடுத்துப் போக வேண்டுமே தவிர ஆன்னி அல்ல. அவரும் அதைத்தான் எதிர் பார்க்கிறார்.

"உங்களுக்கு நன்றாகத் தெரியும். ஆன்னி எதைச் செய்தாலும் சொன்னாலும் அதில் நியாயமிருக்குமென்று நான் நம்புவேன். நம்மிருவர் வாழ்க்கையையும் பார்க்க அவள் வாழ்க்கையில் வெற்றிபெற்றிருக்கிறாள், சொல்லப்போனால் மிகக் கடினமான வழிகளில் . . ."

நான் என்ன சொல்லவருகிறேன் என்பதை உணர்ந்த வராய், அதை மறுப்பதற்கு அறிகுறியாகச் சில செய்கைகள். நான் கவனியாதவள்போலத் தொடர்ந்து சொல்லிக்கொண்டு போனேன்:

" . . . அடுத்த ஒன்றிரண்டு மாதங்களில், ஆன்னி சொல்வதற் கெல்லாம் தலையாட்டுபவளாக நான் இருக்கலாம். எங்களிருவருக் கிடையில் முட்டாள்தனமான விவாதங்களுக்கு இடமிருக்காது. என்ன, எனக்குக் கொஞ்சம் பணிவு தேவை. அடக்கமாக இருக்கப் பழகிக்கணும். அவ்வளவுதான்."

அப்பா என்னையே பார்த்துக்கொண்டிருந்தார். குழப்பத் திலிருந்தார். கூடவே பதற்றம் வேறு. காரணம் புரிந்தது, தனது தான்தோன்றித்தனமான எதிர்கால வாழ்க்கைக்கு ஒரு துணை குறைந்துவிடுமோ அல்லது தனது கடந்த காலத்தையேகூட ஒருவகையில் இழந்துவிடுவோமோ என்கிற அச்சமாக இருக்கலாம்.

வணக்கம் துயரமே!

"எதையாவது கற்பனை பண்ணிக்காதே", குரல் சுரத்தின்றி ஒலித்தது. தொடர்ந்து, "உன் வயதுக்குத் தகுந்த வாழ்க்கையை அமைத்துக் கொடுக்கத் தவறிவிட்டேன். என் வயதுக்குரிய வாழ்க்கைப்படியாவது உன்னை நடத்தினேனா என்றால் அதுவுமில்லை. ஆனாலும் பிறர் பரிகசிக்க உன்னை வைத்திருந்த தில்லை. நன்றாகவே வைத்திருந்தேன். உண்மையில் கடந்த இரண்டு வருடங்களாக நமது வாழ்க்கையில் அசம்பாவிதங் களும் இல்லை, கவலைகளும் இல்லை. மகிழ்ச்சியாகவே இருந்து வந்திருக்கிறோம். இன்றைக்கு ஆன்னியுடைய அபிப்ராயங்கள் சிலவிஷயங்களில் முரண்படுவதற்காக, சட்டென்று நமது பந்தத்தைத் துறக்க நினைக்கிறாய். சரிதானா? கொஞ்சம் யோசித்துப் பார்..."

"துறக்கக் கூடாதுதான், ஆனால் ஒதுங்கிக்கொள்ளலாம் இல்லையா?" பதிலில் தெளிவாய் இருந்தேன்.

அப்பாவின் நிலைமை பரிதாபமாக இருந்தது. அவருக்கு என்ன சொல்வதென்று புரியவில்லை. "தாராளமாக ஒதுங்கிக் கொள்ளலாம்" என்றார். பின்னர் இருவருமாக கீழே இறங்கிச் சென்றோம்.

நடந்தவற்றுக்கு வருந்துகிறேன் என்று ஆன்னியிடம் தெரிவிக்க எனக்கு வெட்கமில்லை. "எங்களுக்கிடையேயான பிரச்சினைகளுக்கெல்லாம் பாழாய்ப்போன வெக்கையே காரண மென்பதால், அதற்கு அவசியமில்லை" என்றாள். அவள் பதிலைப் பெரிதாய் எடுத்துக்கொள்ளவில்லை என்றபோதிலும், எனக்கு அந்த நேரம் மகிழ்ச்சியாயிருந்தது.

தீர்மானித்திருந்தபடி சிரிலை, ஊசியிலைத் தோப்பில் வைத்துச் சந்தித்தேன். 'இனி செய்யவேண்டியது என்ன?' என்று அவனுக்கு விளக்கமாகக் கூற, அதை ஒருவித அச்சத் துடனும் வியப்புடனும் கேட்டுக்கொண்டான். பிறகு என்னைச் சட்டென்று அணைக்க முயற்சித்தான். நேரம் வேறு ஆகியிருந்தது. நான் எனது வில்லாவுக்குத் திரும்பவேண்டிய கட்டாயத்தினால் புறப்பட நினைக்கிறேன். மனமோ, அவனது அணைப்பிலிருந்து விடுபடத் தயங்குகிறது. நினைத்திருந்தால் போகவிடாமல் அவன் என்னைத் தடுத்திருக்கலாம். நானிருந்த நிலை அப்படி. எனது உடல் அவன் மனதை உள்வாங்கிக்கொண்டதுபோல, தன்னை மறந்த நிலையில் அவனை அணைத்தபடி, தாபத்துடன் முத்தமிடுகிறேன். மாலையின் இவ்வரிய நேரத்தை எண்ணி எண்ணி அவன் வருந்தவேண்டும். இரவுபகலென்று அவனது நினைவு என்னையே சுற்றிவரவேண்டும். அதற்கேற்ற வகையில், அவன் நினைவில் நிறுத்தும்வகையில் ஒரு வலியை, வடு ஒன்றை இந்தநேரத்திலே அவனிடத்தில் விட்டுச்செல்லவேண்டும்

என்பதுபோல ஒருவித ஆவேசத்துடன் செயல்படுகிறேன். எனது உடல் மீது அவனை வாங்கிக்கொள்ளாமல், அவனது தழுவல்களில்லாமல், அவனது தந்திரங்களில்லாமல் சட்டென்று வெளிப்படுகின்ற அவனது கோபங்களில்லாமல், இனி என்னாலும் ஓர் இரவைக் கற்பனை செய்யவியலாது. அப்படியே அமைந்தாலும் அவ்வாறான இரவுகள், விடிதலின்றி நீளக்கூடும்.

12

மறுநாள் காலை பொடிநடையாகச் சிறிதுதூரம் நடந்துவிட்டு வரலாமென அப்பாவை அழைத்துக் கொண்டு புறப்பட்டேன் வழியில் உபயோகமற்ற செய்தி களை மகிழ்ச்சியுடன் பகிர்ந்துகொண்டோம். எங்கள் இருப்பிடம் திரும்புகையில், ஊசியிலைத் தோப்பு வழி யாகப் போகலாமே என்றேன் அவரும் சம்மதித்தார். அப்போது நேரம் சரியாகப் பத்தரை மணி. திட்டமிட்ட படி அங்கிருந்தேன். பாதை குறுகலாக இருந்ததோடு, இருபுறமுமிருந்த முட்செடிகள் கால்களில் பட்டு, நான் சொறிந்துகொள்ளவேண்டியிருந்தது. அதைத் தவிர்க்க நினைத்தவர்போல எனக்கு இடம்விட்டு அப்பா முன்னால் நடந்தார். சிறிது தூரம் சென்றிருப்போம், முன்னால் சென்றுகொண்டிருந்த அப்பா சட்டென்று நின்றார். அவர்களைப் பார்த்துவிட்டார் என்று புரிந்து கொண்டேன். அவரருகில் வந்து நின்றேன். சிரிலும் எல்சாவும், ஊசியிலை மிலாறுகளைப் பரப்பி கிராமத்தவர் களைப்போல சுகமாகப் படுத்திருந்தார்கள் இந்த யோசனை யைச் சொன்னவள் நானென்றாலும், அவர்கள் படுத் திருந்த காட்சியைப் பார்த்ததில், மனம் உடைந்துபோனது. இருவருமே நல்ல அழகு, வாலிப வயதினர். தவிர கடந்த சிலநாட்களாக அருகருகே இருக்கவேண்டிய நிர்ப்பந்தம். இந்த அழகில் எலிசாவுக்கு அப்பாவிடத்தில் உள்ள காதலோ அல்லது சிரிலுக்கு என் மீதுள்ள காதலோ, அவர்களுக்கு இடையேயான அசம்பாவிதங்களுக்கு எப்படித் தடைபோட முடியும்? அப்பாவிடத்தில் எனது கவனம் திரும்பியது. அசையாமல் அவர்களைப் பார்த்துக் கொண்டிருந்தார். முகத்தில் அதுவரை நான் கண்டிராத பதற்றம். அவரது கையைப் பற்றியபடி, “அவர்களை எழுப்பவேண்டாம், நாம் போகலாம்” என்றேன்.

கடைசியாக ஒருமுறை அவளைத் திரும்பிப் பார்த்தார். எல்சா, தனது இளமையின் முழு வாளிப்புடன், முதுகுப்புற மாகப் படுத்திருக்கிறாள். செக்கச்செவேர் என்றிருந்த உடல் சொக்கத் தங்கம் போல மினுக்குகிறது. உதட்டில், இளம் வயது விபசாரி மாதிரி புன்னகை. ம், பரவாயில்லை. தேர்ந்து விட்டிருந்தாள் . . . அப்பா திரும்பி வேகமாக நடந்தார்.

"தேவடியா, தேவடியா!" அப்பா முனகுகிறார்.

"எதனால் அப்படிச் சொல்லணும்? அவள் விருப்பப்படி நடந்துகொள்ளச் சுதந்திரம் இல்லையா என்ன?"

"அதற்காகச் சொல்லவில்லை. ஆனால் சிரிலை அவள் அணைத்துக் கொண்டிருக்கும் விதத்தைப் பார்த்தாயே, நன்றாகவா இருக்கிறது?"

"நன்றாக இருக்கிறதென்றா நான் சொல்கிறேன், எனக்குப் பிடிக்கவில்லை. அவ்வளவுதான்."

"எனக்கும்தான். எல்சாவை எனக்கு சுத்தமாப் பிடிக்க வில்லை" என்று கத்தியவர் தொடர்ந்து, "இருந்தாலும் அவளுடன் கொஞ்ச நாள் நான் இருந்திருக்கிறேன் என்கிற உண்மை இல்லையென்று ஆய்விடுமா, என்ன? சுத்த மோசம் . . ." என்றார்.

அப்பாவை இந்த விவகாரம் எந்த அளவிற்கு வேதனைப் படுத்துமென்று எனக்குத் தெரியும். அவர் மனதிலும் நான் நினைத்தது போலவே விருப்பங்கள் இருக்கலாம். அதாவது, அவர்கள்மீது பாய்வது, இருவரையும் பிரிப்பது, நேற்றுவரை தனக்கு உடமையாக இருந்ததற்கு மீண்டும் சொந்தம் கொண்டாடுவது . . .

"ஆன்னிக்குத் தெரியவந்தால் என்ன நடக்கும் தெரியுமா . . .?"

"என்னது? தெரியவந்தாலா . . .? வரட்டுமே. அவள் இதைப் புரிந்துகொள்ளப் போவதில்லை. ஒருவேளை அதிர்ச்சி அடையலாம், அதில் ஆச்சரியப்பட ஒன்றுமில்லை. ஆனால் நீ, என் மகள்தானே? உனக்கு என்னுடைய வேதனை என்ன வென்று புரிகிறதா இல்லையா? இந்தக் கண்றாவிகளைப் பார்க்க அதிர்ச்சியாக இல்லை?"

அவரது மனதைப் புரிந்துகொண்டு அதை மேய்ப்பது சுலபமாக இருந்தது. ஆனால் அதை நன்றாக விளங்கிக்கொள் வதில், கொஞ்சம் பயம்.

"எனக்கு அவர்களை அந்த நிலையில் பார்த்ததில் எந்த அதிர்ச்சியுமில்லை. கொஞ்சம் யதார்த்தத்துடன் இதைப் பார்க்க வேண்டும். எல்சாவுக்கு மறதி அதிகமென்று நினைக்கிறேன்.

சிரிலை அவளுக்குப் பிடித்திருக்கிறது. நீங்களாகத் தொலைத்த பொருளைச் சொந்தமென்று சொல்லிக்கொள்வதில் அர்த்தமுமில்லை. அதிலும் அவளுக்கு நீங்கள் செய்த துரோகத்திற்கு மன்னிப்பே கிடையாது."

"சரி, நான் விரும்புகிறேன் என்று வைத்துக்கொள்வோம்" என்று ஆரம்பித்தவர் வார்த்தைகளின்றித் தடுமாறினார்.

"உங்களால் முடியாது," தீர்மானமாகக் கூறினேன். ஏதோ எல்சாவை மீண்டும் அப்பா தனக்குச் சொந்தமாக்கிக் கொள்வதற்கான சாத்தியங்கள் குறித்துப் பேசுவது நியாயமானது என்பதுபோல நாங்கள் உரையாடினோம்.

"ம்.. இது சரிவருமென்று நானும் நினைக்கவில்லை" – யதார்த்தவாதியாக அப்பா மாறியிருந்தார்.

"ஆமாம்... அதுதான் உண்மை." தோள்களை உயர்த்திய வாறு கூறினேன்.

அடப்பாவி மனிதா, பந்தயத்திலிருந்தே விலகிக்கொண்ட பிறகு, ஜெயித்தாகணும் என்றால் எப்படி என்பது அந்தத் தோள் உயர்த்தலுக்குப் பொருள். எங்கள் வில்லாவை அடையும் வரை ஒரு வார்தை பேசவேண்டுமே, ம்... மனிதர் அமைதியாக வந்தார். வில்லாவுக்குள் நுழைந்தோமோ இல்லையோ, ஆன்னியை இறுக அணைத்துக்கொண்டு சிலநொடிகள் மெய் மறந்திருந்தார். என் தந்தையிடம் அதனை எதிர்பார்க்காத தால், அவளுக்கு வியப்பு. புன்னகைத்தபடி, நடப்பது நடக்கட்டு மென அனுமதித்தாள். அங்கிருந்து வெளியேறியவள் கூடத்துச் சுவரில் சாய்ந்தபடி நின்றேன். குற்ற உணர்வில் எனது உடல் நடுங்கியது.

இரண்டு மணி அளவிற்குச் சீழ்க்கை ஒலி கேட்டது. சிரிலென்று புரிந்துகொண்டு, கடற்கரைக்கு இறங்கி நடந்தேன். படகிலேற எனக்கு உதவியவன், ஆழ்கடல் திசைநோக்கி அதனைச் செலுத்தினான். கடலில் ஒருவருமில்லை. வெயில் கொளுத்தியது. ஆழ்கடல் சென்றதும், படகு நகராமலிருக்க, பாயை இறக்கி விட்டு என் பக்கம் திரும்பினான். சிலநொடிகள் இருவருமே மௌனமாக இருந்தோம். பிறகு அவனே முதலில் பேசத் தொடங்கினான்.

"காலையில் நடந்தது..."

"பேசாதே! எனிடம் ஒரு வார்த்தை பேசவேண்டாம். நான் எந்த விளக்கத்தைக் கேட்கவும் தயாராக இல்லை."

மெல்ல என்னைப் படகில்கிடந்த தார்ப்பாலின் மேல் கிடத்தினான். இருவருமே தத்தளிக்கிறோம். வியர்வையில்

வழுக்குகிறோம். ஆவேசம், அவசரம். எங்கள் கலவிக்கு ஈடு கொடுத்து படகு தாலாட்டுகிறது. தலைக்குமேலே தெரிந்த சூரியனைப் பார்க்கிறேன். அடுத்த கணம் சிரில், தனக்கு மட்டுமே பேச உரிமையுண்டு என்பதுபோல மென்மையான குரலில் பிதற்றுகிறான்: "சூரியன் வானத்திலிருக்கிறதென்று தானே பார்க்கிறாய். அது எப்போதோ விழுந்துட்டது. வெடித்துச் சிதறி, இப்போது எனது உடல்மீதுதான் அத்தனையும் படிந் திருக்கிறது. சொல்லு ... இப்போது நான் எங்கிருக்கிறேன்? கரையேறமுடியாமல் வெகு ஆழத்தில் விழுந்து கிடக்கிறேன் என்பது நிச்சயம், ஆனால் எங்கே? கடலிலா? காலத்திலா? காதற் பரவசத்திலா?" உரத்த குரலில் சிரிலை அழைத்தேன். அவன் காதில் போட்டுக்கொள்ளவில்லை.

அடுத்து உப்பு நீரின் சிலுசிலுப்பு. இருவருமாகச் சேர்ந்து சிரித்தோம். பரவசத்தில் திளைத்தோம். களைப்புற்றோம். ஒருவரை யொருவர் நன்றியுடன் பார்த்துக்கொண்டோம். சந்தோஷமாக இருந்தது. கீழே கடல், ஆகாயத்தில் சூரியன். சிரிப்பு, காதல் அத்தனையும் துணைக்கிருந்தன. அப்படியொரு கோடைவிடு முறை, மிதமிஞ்சிய குதூகலத்துடன், நிறைய செறிவுடன் பயமும், சஞ்சலமும் தயவுபண்ணிய அவை மறுபடியும் வாய்க்குமா என்ற கேள்வியும் எழுந்தது.

சிரிலுக்கும் எனக்குமான காதல், எனது உடல் இச்சையைப் பூர்த்திசெய்திருப்பது உண்மையென்றாலும், நினைத்துப்பார்க்க அறிவார்ந்த ஆனந்தத்தையும் எனக்குக் கொடுத்திருந்தது. அவர் களுக்கோ 'காதல் செய்வது' ஒரு கவர்ச்சிகரமான சொல். அதைத் தவிர பெரிதாகப் பொருள்கொள்ள ஏதுமில்லை. அதற்கேகூட அவர்களிடத்தில் முரண்பாடுகள் இருக்கக்கூடும். பொருள் சார்ந்ததும், நம்பிக்கையும் கொண்ட 'செய்தல்' என்கிற சொல் 'காதல்' என்ற கவித்துவக் கனவுச்சொல்லில் கலந்து என்னை மெய்மறக்கச் செய்திருந்தது. இதுவரை காதலைக் கொஞ்சங் கூட நாகரிகமின்றியும், கூச்சமின்றியும், அதன் இனிமையை உணராமலேயே விமர்சித்து வந்திருக்கிறேன். சிரிலுடனான அனுபவத்திற்குப் பிறகு எனது புத்தி, தன்மையாய்ச் செயல் படுகிறது. என் தகப்பனார் வைத்த விழிவாங்காமல் ஆன்னியைப் பார்க்க, பார்வையைத் தாழ்த்திக்கொண்டேன். அவள் மறுவிநாடி, சின்னதாய் கொஞ்சங்கூட நாகரிகமற்றவகையில் வேசிபோலச் சிரித்தாள். எங்களிருவர் முகமும் வெளுத்துப்போனது. சன்னல் பக்கமாய்த் திரும்பிக்கொண்டோம். உன்னுடைய சிரிப்பு சரியில்லையென்று சொல்லியிருந்தாலும் அவள் நம்பியிருக்க மாட்டாள். என் அப்பவோடு அவளுக்கிருந்த உறவை ஓர் ஆணுக்கும் அவனது ஆசைக் கிழத்திக்கும் உள்ள உறவென்று சொல்லமுடியாது. வேண்டுமானால் ஓர் ஆணுக்கும், அவனது

தோழிக்குமுள்ள உறவென்று கருதலாம். வெறுமனே தோழி யென்று சொன்னாலும் சரியாக இருக்காது, 'பிரியமான தோழி' என்பதே பொருத்தமான சொல். ஆனால் இரவுநேரங் களிலும் தோழமையோடுதான் பழகியிருப்பார்களா என்றெல்லாம் கேட்டுவிடாதீர்கள். அப்படியான அசிங்கமான கற்பனைகளில் இறங்குவதை நிறுத்தியாகவேண்டும் என்றுதான் நினைத்தேன். என் மனதை அலைகழிக்கக்கூடிய எண்ணங்களை அறவே வெறுத்தேன்.

நாட்கள் கடந்திருந்தன. சில நாட்களாக ஆன்னி, அப்பா, எல்சாவென அனைவரையும் கொஞ்சம் மறந்திருந்தேன். விழிகள் திறந்திருக்க, நிலவொளியில் காதலில் லயித்தபடி கிடந்தேன். அமைதியாகவும் அன்புக்குரியவளாகவும் இருந்தேன். சிரில் என்னிடத்தில், "கருத்தரித்துவிடுமென்கிற பயமேதுமில்லையா?" என்று கேட்கிறான். பதிலுக்கு, "எனக்கென்ன பயம்? உன்னி டத்தில் பிள்ளையைத் தூக்கிக் கொடுத்துவிட்டு நிம்மதியாக இருக்கப்போகிறேன்" என்கிறேன். எனது பதிலில் நியாயமிருப்பது போல அமைதியாக இருந்தான். ஒருவேளை அந்தத் தைரியத்தில் தான் அவனிடத்தில் தயங்காமல் என்னை ஒப்படைத்திருக்க வேண்டும் என்று நினைக்கிறேன். அந்த விஷயத்தில் என்னைக் குற்றஞ்சொல்ல அவனுக்கு விருப்பமில்லை. மாறாக நானோ, தாயாக நேர்ந்தால், அவனே குற்றவாளியென்று நம்பினேன். என்னால் இயலாததை, அவன் சுமப்பதற்குத் தயாராகவிருந் தான். என்னுடல் மெலிந்தும் கடினமாகவும் இருந்தது. இந்த அழகில் பிள்ளைத்தாய்ச்சியாய் என்னை கற்பனைசெய்து பார்க்க, கருமம் கருமம்... எனது பதின்பருவத்து உடல் முதன் முறையாகத் திருப்தியளித்தது. இப்படியே இருக்க முடிந்தால் மகிழ்ச்சி என நினைத்தேன்.

எல்சாவுக்குப் பொறுமையில்லை. விடாமல் என்னைக் கேள்விகளால் துளைத்தெடுத்தாள். அவளுடன் அல்லது சிரிலுடன் இருக்கும் வாய்ப்பு அமைந்துவிடப் போகிறது என்கிற பயம் எனக்கும் இருந்தது. என் தந்தை எங்கெல்லாம் போனாரோ அங்கெல்லாம் அவளும் வந்தாள், அல்லது அதுமாதிரியான சந்தர்ப்பங்களை உருவாக்கிக்கொண்டாள். அவள் பேச்சிலும், செயலிலும் தான் வென்றுவிட்டதாக நினைப்பு. அவர் என்னிட மிருந்து இனி தப்பமுடியாது என்றாள். சமீப காலம்வரை காதலென்றாலே எல்சாவுக்குப் பணத்தோடு சம்பந்தப்பட்டது. அதாவது காதலும் பணமும் பிரிக்கமுடியாதவை என்று நினைக்கும் கூட்டத்தைச் சார்ந்தவள். ஆனால் நடந்தது என்ன? அவசரகதியில் இயங்கும் மனிதர்களுடைய பார்வையையும் அசைவையுங்கூட மிக நுணுக்கமாக அவதானித்து, இலக்கியக் காதலில் மூழ்கியவள்போல, உணர்ச்சியில் தத்தளித்தது, உண்மை

யில் ஆச்சரியம். இதுவரை, சாதுர்யமாக ஒரு காரியத்தைச் செய்வதென்பது, அவளுக்குச் சுட்டுப்போட்டாலும் வராது. அப்படிப்பட்டவள் ஏதோ உளவியல் ரீதியில் நுணுக்கமாக ஆய்ந்து அனைத்தையும் செயல்படுத்துவதுபோல நடந்து கொண்டாள்.

என் தந்தையும் அதற்குப் பிறகு, எப்பொழுதும் எல்சா நினைப்பிலேயே இருந்தாரென்று சொல்லலாம். ஆனால் ஆன்னி இதையெல்லாம் கவனத்தில் எடுத்துக்கொண்டதாகத் தெரிய வில்லை. அவளிடத்தில் இதுவரை கண்டிராத அன்பும் அக்கறை யும் வெளிப்பட, இது எங்குகொண்டுபோய் விடுமோ என்கிற அச்சம் எனக்கு. ஒருவேளை அதன்மூலம் கவனமின்றி தன்னைத் தானே வருத்திக்கொள்கிறாளோ என்றுகூட நினைத்தேன். இதில் முக்கியமாக உங்களிடத்தில் சொல்லவேண்டியது என்ன வென்றால், அடுத்த மூன்று வாரங்களிலும் பெரிதாய் எதுவும் நடக்கவில்லை. பாரீஸுக்கு எல்லோரும் திரும்பவேண்டி யிருந்தது. ஆன்னியும், அப்பாவும் திருமணம் செய்துகொள்வது உறுதியெனில், எல்சாவும் அநேகமாக பாரீஸுக்குத் திரும்பிவிடக் கூடுமென நினைத்தேன். பாரீஸில் சிரிலும் இருப்பான். கோடை விடுமுறையின்போது எப்படி அவனிடம் எனக்குள்ள உறவைத் தடுக்கமுடியாமற்போனதோ அவ்வாறே, நான் அவனைச் சந்திப்பதையும் ஆன்னி தடுக்க முடியாது. பாரீஸில் அவன் தனது அம்மாவிடமிருந்து பிரிந்து தனியாக வெகுதூரத்தில் இருந்தான். எனது மனம் அவனது அறைபற்றிய கற்பனையில் மூழ்கிப்போனது. சன்னல் கதவு திறந்திருக்க, சிவந்தும் ரோஜா வண்ணத்திலும் இருக்கும் வானம், அதாவது பாரீஸ் நகரத்திற்கே உரிய அசாதாரண வானம், சாய்ந்து நிற்க உதவும் கம்பிகளில் புறாக்கள் எழுப்பும் ஓசை, சிரிலும் நானும் கட்டிலில், அருகருகே நெருக்கமாக, மிகநெருக்கமாக...

❖

13

சில நாட்கள் கழிந்திருந்தன. அன்றைக்கு சேன் ரபாயேல்லுக்குச் சென்று மது அருந்தலாமே என்று அப்பாவை, அவரது நண்பர்களில் ஒருவர் அழைத்திருந் தார். ஆளுக்கொருபக்கம் தனிமையில் வருந்திக்கொண் டிருப்பதில் இருந்து தப்பினால் போதுமென்கிற நிலைமை யில் நாங்கள் இருந்ததால், சந்தோஷத்துடன் உடனே புறப்பட்டோம். எல்சாவிடமும் சிரிலிடமும் சொலெய் பாரில் ஏழு மணி அளவில் இருப்போமென்றும், அங்கு வந்தால் எங்களைச் சந்திக்க முடியுமென்றும் அறிவித்தேன். துரதிஷ்டவசமாக என் தகப்பனாரை அழைத்திருந்த நண்பரை அவளும் அறிந்திருக்க, அவளது சந்தோஷம் இரட்டிப்பாயிற்று. எனக்கும் அப்போதுதான் அதிலுள்ள சிக்கல்கள் உறைத்தன. அவளை வராமல் தடுக்க முயற் சித்தேன். முடியவில்லை.

"ஷார்ல் வெப்புக்குஎன்னிடம் கொள்ளைப் பிரியம். அவர் என்னைப் பார்த்தாரென்றால், மறுபடியும் ரெமோனை என்னோடு சேர்த்துவைப்பார்" எல்சாவின் பதில் குழந்தைத்தனமாகவிருந்தது.

சிரிலுக்கு, சேன் ரபாயேல்லுக்கு வருவதா வேண்டாமா என்பதெல்லாம் பிரச்சினையில்லை. அவனுக்கு நான் எங்கு போகிறேனோ அங்கே அவனும் வரவேண்டும், அதுதான் முக்கியம். அவன் கண்களைப் பார்த்த மாத் திரத்தில் தெளிவாய்ப் புரிய, ஒருவகையில் எனக்குப் பெருமிதமாகவும் இருந்தது. பின்னேரம் நாங்கள் காரில் புறப்பட்டபோது மணி ஆறு இருக்கும். ஆன்னி தனது காரில் செல்லலாம் என்று சொல்லியிருந்தாள். அவளது காரென்றால் எனக்கு மிகவும் விருப்பம்: அதுவொரு அமெரிக்கத் தயாரிப்பு. பெரியது. மேலே திறந்து மூடும்

வசதிகொண்டது. அவளது ரசனைக்கு ஒத்ததென்று சொல்ல முடியாது, ஆனால் ஆடம்பர ரகம். எனது ரசனைக்கு ஒத்துப் போகக்கூடியது. காரில் பளபளவென்று நிறைய விஷயங்கள். வளைவில் சர்ரென்று வழுக்கித் திரும்பும். உள்ளே அத்தனை அமைதி, சத்தமே போடாது. சனசந்தடியற்ற உலகிலிருப்பது போல பிரமையை உண்டுபண்ணும். தவிர நாங்கள் மூவருமே காரின் முன்பக்கம் அமர்ந்திருந்தோம். இதற்குமுன் அப்படியான சுகத்தை வேறொரு காரில் கண்டதில்லை. அம்மாதிரியான நெருக்கத்தை அனுபவித்ததில்லை. கையை மடித்து வைத்துக் கொண்டு கொஞ்சம் நெருக்கமாக அமர்ந்து, காரின் வேகமும் வீசும் காற்றும் தந்த ஆனந்தத்தை மூவருமாய் அனுபவித்தோம். ஒருவேளை விபத்து நிகழ்ந்து உயிரே போயிருந்தால்கூட மூவரும் சேர்ந்தாற்போல போயிருப்போம். அமையவிருக்கும் எங்கள் குடும்பத்திற்கு அவள்தான் அடையாளம் என்பதுபோல காரை ஆன்னி ஓட்டிவந்தாள். கான் நகருக்கு, ஒரு மாலைநேரத்தில் சென்று பிரச்சினைகள் பட்டுவந்த பிறகு, அன்றுதான் அவளது காரில் மறுபடியும் ஏறியிருந்தேன். அதனால் ஒருசில எதிர் பார்ப்புகளும் இருந்தன.

சொலெய் பாரில், ஷார்ல் வெப் அவரது மனைவியோடு வந்திருந்தார். மேடைநாடக விளம்பரத்துறையில் அவர் சிரமப் பட்டுச் சம்பாதித்ததையெல்லாம். வெகு எளிதாய் அவரது மனைவி வேறொருவகையில் கரைத்துக்கொண்டிருந்தாள். அதுவும் வாலிபப் பையன்களாய்த் தேடித்தேடி வெகுவேகமாய்ச் செலவு செய்துகொண்டிருந்தாள். வரவையும் செலவையும் சரிக்கட்டுவதே அவரது அன்றாடச் சிந்தனையாக இருந்தது. பணம் பணமென்று அலையவேண்டிய நிர்ப்பந்தம். நண்பரின் மனைவி. அப்படியென்றால், அவர் தரப்பிலும் சில அசிங்கங்கள் இருந்தன. வெகுகாலம் தனது மனைவிக்குத் தெரியாமல் எல்சா உடன் அவர் கள்ளத்தொடர்பு வைத்திருந்தார். அழகு இருந்த அளவிற்கு மனதிற்குள் பெரிதாக ஏதும் ஆசைகளின்றி எல்சா இருந்ததும், அவளது மேம்போக்குத்தனமும் அவருக்குப் பிடித்திருந்தது.

மதாம் வெப் ரொம்ப மோசம். அருகில் அமர்ந்திருந்த ஆன்னி அவளைப் புரிந்துகொண்டதாகத் தெரியவில்லை. அவளது முகத்தைப் பார்த்தவுடனேயே, பிறரைக் கேவலப் படுத்துகிற, விமர்சிக்கிற கூட்டத்தில் அவளும் ஒருத்தியெனப் புரிந்தது. தொணதொணவென்று பேசிக்கொண்டிருந்த ஷார்ல் வெப்பின் கண்கள் அவ்வப்போது ஆன்னியைத் திருட்டுத்தன மாகப் பார்த்துக்கொண்டிருந்தன. "எந்நேரமும் பெண்கள் பின்னால் அலைவதோடு, ஒரு பெண்ணுக்குத் தந்தையாக வுமிருக்கிற ரெமோன் மாதிரியான ஆளிடம் உனக்கு என்ன

வேலையென்று வெளிப்படையாகவே ஆன்னியிடம் கேட்டார். சற்றுநேரத்தில் உண்மை தெரியவரப்போவதை நினைக்க எனக்குத் தலைகால் புரியவில்லை. காத்திருந்தேன். அப்பா முதலில் என்ன சொல்லலாம் என்று தீர்மானிப்பவர்போல சில நொடிகள் நிதானித்துப் பின்னர் ஷார்ல் வெப்பிடம் "உங்களிடம் சொல்ல வேண்டும் என்றுதான் நினைத்திருந்தேன்...வருகிற அக்டோபர் மாதம் ஐந்தாம் தேதி, ஆன்னியும் நானும் மணம் செய்து கொள்ளப்போகிறோம்" என இடையில் நிறுத்தாமல் ஒரே மூச்சில் சொல்லி முடித்தார்.

வெப் இரண்டுபேரையும் மாறி மாறிப் பார்த்தார். மனிதர் மூர்ச்சையாகாத குறை. எனக்கோ ஒரே மகிழ்ச்சி. அவரது மனைவியின் முகத்திலும் குழப்பம், அவளுக்கு என் தகப்பனார் மீது எப்போதும் ஒருவித வாஞ்சையுண்டு.

"வாழ்த்துகள்" என வெப் உரத்துக் கூறியது, பார்முழுக்கக் கேட்டது. தொடர்ந்து, "அடடே, உருப்படியான காரியம்தான்! எனது அன்பிற்குரிய பெண்மணி, இந்த மாதிரி ஒரு அயோக்கிய னோடு வாழணுமென்றால், உண்மையிலே உங்களுக்குப் பெரிய மனசுதான். சர்வர் தம்பி, கொஞ்சம் இங்கே வந்துட்டுப் போ . . . இந்த நல்ல விஷயத்திற்கு ஒரு பெரிய விருந்தே கொடுத்தாக வேண்டும் . . ." என்றார்.

ஆன்னி முகத்தில் புன்னகை. சற்றுமுன் காணாத நிம்மதி. பிறகு அமைதியானாள். வெப் முகத்தில் திடீரென்று பரவசம். நான் திரும்பவில்லை.

"அட கடவுளே! .. எல்சா . . . எல்சா மக்கென்பூர். என்னை அவள் கவனிக்கவில்லை. ரெமோன் பார்த்தியா? எத்தனை அழகாக மாறியிருக்கிறாள்!" என்றார்.

பாருக்குள் எல்சா நுழைந்துகொண்டிருந்தாள்.

"உண்மைதான் இல்லையா?" ஏதோ அவளை இன்னமும் இவர்தான் உரிமை கொண்டாடுபவர்போல அப்பாவின் பதில் மகிழ்ச்சியோடு வெளிப்பட்டது.

பிறகு எதையோ நினத்துக்கொண்டாரென்று நினைக்கிறேன். அவரது முகம் மாறிவிட்டது. என் தந்தை அழுத்தமாக உச்சரித்த விதத்தை ஆன்னி புரிந்துகொண்டிருக்க வேண்டும். தனது முகத்தை அவரிடமிருந்து எனக்காகத் சட்டென்று திருப்பினாள். எதையோ என்னிடத்தில் சொல்ல முற்பட்டவள்போல. உடனே அவளிடம் குனிந்து, "ஆன்னி . . . எல்லோரும் உன்னையே திரும்பிப் பார்க்கும்படி அத்தனை ஜோராக இன்றைக்கு வந்திருக்கிறாய். அங்கே பார், ஒரு ஆள் உன்னையே வெறித்து பார்த்துக்கொண்டிருக்கிறான்" என்றேன்.

பெரிய ரகசியத்தை அவளிடத்தில் சொல்வதுபோல நான் பாவனை செய்திருந்தாலும், என் தகப்பனார் காதிலும் நான் சொல்வது விழவேண்டுமென்று நினைத்தேன். நான் எதிர் பார்த்ததுபோலவே, வேகமாய்த் தலையைத் திரும்பி, அந்த நபரைப் பார்த்தார்.

“எனக்கு இதெல்லாம் கட்டோடு பிடிக்காது,” என்றவர் ஆன்னியின் கையைப் பற்றினார்.

“இரண்டுபேரும் எவ்வளவு நல்லவர்கள். ஷார்ல்! காதலர் இருவரையும் வம்புக்கு இழுக்காமல் உன்னால் இருக்க முடியாதா? செசில், பெண்ணை மட்டும் நீ அழைத்திருக்க வேண்டும்.” திருமதி வெப்பின் சொற்கள் அன்போடு சொல்வது போல இருந்தன.

“செசில் பெண், கூப்பிட்டால் போதுமென்று வருபவளல்ல.” எனது பதில் அலட்சியமாக வெளிப்பட்டது.

“ஏன், இந்தமுறை மீனவர்கள் யாரேனும் உனக்குக் காதலிக்கக் கிடைத்திருக்கிறார்களா?”

ஒருமுறை, பேருந்து நடத்துனர் ஒருவனோடு பேசிக்கொண் டிருந்தேன். அதிலிருந்து அவள் சமூகத்தில் கடைநிலை மக்களோடு தொடர்புகொண்டவளாகவே என்னைப் பார்க்கிறாள், அப்படியே நடத்துகிறாள்.

“ஆமாம், உனக்குத் தெரியாதா?” முகத்தைச் சந்தோஷமாக வைத்துக்கொண்டு சொல்கிறேன்.

“என்ன தூண்டிலில் நிறைய சிக்குதா?”

அவளுக்கு இந்தச் சங்கேத உரையாடல் வேடிக்கையாக இருந்திருக்கவேண்டும், மாறாக எனக்குக் கோபம் கோபமாய் வந்தது.

“மக்கரோ மீனைப்பத்தி எனக்குப் பெரிதா எதுவும் தெரியாது, ஆனாலும் தூண்டில் போடத்தான் செய்யறேன்.”

அங்கு திடீரென்று நிசப்தம். ஆன்னியின் குரல் உரத்து ஒலித்தது.

“ரெமோன், சர்வரிடம் ஒரு ஸ்ட்ரா கொண்டுவரச் சொல்லேன். ஆரஞ்சுப்பழச் சாறுக்கு அதில்லாமல் முடியாது.”

ஷார்ல் வெப் பழச்சாற்றைக் குடிப்பதில் கவனமாயிருந்தார். அப்பா, கலகலவென்று சிரித்தவர், அவரது வழக்கப்படி கண்ணாடிக் குவளையில் வாய்வைத்துக் குடித்தார். ஆன்னி என்னைப் பார்த்த பார்வையில், தயவு செய்து பிரச்சினை

பண்ணாமலிரு எனக் கெஞ்சுவதாக இருந்தது. எதற்கு வீண் வம்பு என்று தீர்மானித்தவர்களைப்போல எல்லோரும் உணவிற்குத் தயாரானோம்.

அப்பாவைப் பார்க்கிறபோது பதற்றத்தையும், என்னைப் பார்க்கிறபோது ஏறக்குறைய நன்றியையும் ஆன்னியின் முகம் வெளிப்படுத்தியவாறு இருக்க, அதைத் தாங்கமாட்டாமல் உணவின்போது நிறைய மது அருந்தினேன். திருமதி வெப் என்னை ஒருமாதிரி பார்க்கிறபோதெல்லாம், நான் ஒளிவு மறைவின்றி சிரித்து அதைச் சமாளித்தேன். எனது தந்திரம் அவளைக் குழப்பத்தில் ஆழ்த்தியது. நேரம் செல்லச்செல்ல அவள் என்னிடம் கடுமையாக நடந்துகொண்டாள். ஆன்னி என்னை அமைதியாக இருக்கும்படி குறிப்பால் உணர்த்தினாள். பொதுவிடத்தில் ஆபாசமாக எதுவும் நடந்துவிடக்கூடாதே என்கிற பயம் அவளுக்கிருந்தது. திருமதி வெப், அதற்கெல்லாம் தயாரானவளென்றும் அவள் நினைத்தாள். எனக்கு இதொன்றும் புதிதல்ல, எங்கள் குடும்பத்திற்கு இதெல்லாம் பழகியிருந்தது. எனினும் அவள் என்ன பேசினாலும் காதில் போட்டுக்கொள்ளக் கூடாது என்றுதானிருந்தேன்.

உணவுக்குப் பிறகு சேன் ரபாயேலில் உள்ள இரவு விடுதி யொன்றுக்குச் சென்றோம். நாங்கள் சென்ற சிறிது நேரத்திற் கெல்லாம் சிரிலும் எல்சாவும் வந்தார்கள். எல்சா வாயிலில் நின்று, வருபவர்களின் உடைமைகளையும், மேலங்கிகளையும் வாங்கிவைத்துக் கொள்ளும் பொறுப்பிலிருந்த பெண்மணியிடம் ஒப்படைத்தாள். பின்னர் முன்னால் அப்பாவிபோல நடந்து வந்த சிரிலைப் தொடர்ந்து உள்ளே வநதாள். அவளது பேச்சும் செயலும் ஒரு காதலிக்குரியதாக இல்லை, வேசிப்பெண்ணு குரியதாகவே இருந்தது. அதற்கேற்ற கவர்ச்சியும் அழகும் அவளிடத்தில் அன்றைக்கு இருந்ததும் என்னமோ உண்மைதான்.

“யார் அந்த மன்மதன்? பார்க்க இளைஞனாகவும் இருக்கான் . . .” கேட்டவர் வெப்.

“ஏதோ காதல் விவகாரம் என்று நினைக்கிறேன். காதல் சாதகமா முடிந்திருக்கும்.”– திருமதி வெப் முணுமுணுத்தாள்.

“காதலாவது கத்திரிக்காயாவது. ஒரு மண்ணுமில்லை . . . கொழுப்பேறித் திரிகிறாள்.” அப்பாவிடமிருந்து கோபத்துடன் வார்த்தைகள் வந்தன.

நான் ஆன்னியைப் பார்த்தேன். எல்சாவை அவள் பார்த்த பார்வையில் ஓர் அந்நியம் தெரிந்தது. ஏதோ அவள் இவளுக்குச் சம்பந்தமில்லாததைப்போல, ஆடை அலங்கார அணிவகுப்பில் கலந்துகொள்ளும் விளம்பரப் பெண்ணை அல்லது இளம்பெண்

களைப் பார்வையாளர்கள் ஆர்வத்துடன் பார்ப்பதுபோல, பார்த்தாள். அப்பார்வையில் அசூயையோ அல்லது வேறுவித மான அற்பத்தனங்களோ இல்லை. ஒப்பிட்டுப்பார்த்தால், எல்சாவைக் காட்டிலும் ஆன்னி பலமடங்கு உயர்ந்தவள். அழகு மாத்திரமல்ல, உள்ளத் தெளிவும் அவளிடமிருந்தது. மது அருந்திய போதையில், நினைத்ததை அவளிடத்தில் சொன்னேன்.

"எல்சாவைவிட நான் அழகா? அப்படியா நினைக்கிறாய்?"

"இதிலென்ன சந்தேகம்?"

"கேட்க நன்றாகத்தான் இருக்கிறது. ஆனால் நீ நிறைய குடிக்கிறாய். அன்றைக்கும் இப்படித்தான் நடந்துகொண்டாய். உன்னுடைய கிளாஸை என்னிடம் கொடு. அது சரி.. உன்னுடைய சிரில் அவதிப்படுகிற மாதிரி தெரியுதே, அவனைப் போய் பார்க்கவேணும்னு உனக்குத் தோணலை?"

"ஆமாம்... அவனை நான் வச்சிருக்கேன், என்னோட ஆசைநாயகன் அவன்" சந்தோஷத்துடன் வார்த்தைகள் வந்தன.

"நெஞ்சு முட்டக் குடிச்சிருக்கிற போதையிலே கண்டபடி உளறாதே.. நல்ல வேளை, நாம் வீட்டிற்குத் திரும்பும் நேரம்."

வெப் தம்பதியினரைப் பிரிந்தபோது நிம்மதியாக இருந்தது. தவிர திருமதி வெப்பிடம், நடந்ததையெல்லாம் மறந்திடுவோம் என்பதுபோல, 'பிரியத்திற்குரிய அம்மணி' என அவளை அழைத்து, சொல்லிவிட்டுப் புறப்பட்டேன். திரும்பும்போது வாகனத்தை ஓட்டி வந்தவர் அப்பா. நான் ஆன்னி தோளில் தலைசாய்த்திருந்தேன்.

வெப் தம்பதிகள், பிறகு வழக்கமாக நாங்கள் சந்திக்கிற, பழகுகிற மனிதர்களென்று பார்க்கிறபொழுது, ஆன்னி எனக்கு மிகவும் விரும்பும்வகையில் இருப்பாள் என்றே தோன்றியது. அவள் உயர்ந்தவள், பண்புடையவள், புத்திக்கூர்மையும் நிறைய. வேறென்ன வேண்டும். வழியில் அப்பா அதிகம் பேசவில்லை. உணவகத்திலும், இரவு விடுதியிலும் எல்சாவைக் கண்டது அவரது மனதில் காட்சியாக வந்திருக்குமென நினைத்துக் கொண்டேன்.

"என்ன, தூங்குகிறாளா?" – ஆன்னியிடம் அப்பா கேட்கிறார்.

"அவள் வயதுப் பெண்களைப்போலத்தான் இருக்கிறாள். என்ன... மக்கரோ என்றெல்லாம், பேசி நேரிடையாகப் பிறரைப் புண்படுத்துவது கொஞ்சம் அதிகம்..."

அப்பா சிரித்தவர், அமைதியானார். பிறகு மீண்டும் தொடர்ந்தார்:

“ஆன்னி உன்னைக் காதலிக்கிறேன். உன்னுடைய இடத்தில் வேறொருத்தியை நினைத்துப் பார்க்க என்னால் முடியாது. என்மீது உனக்கு நம்பிக்கை இருக்கிறதா?”

“ஆனால் அதை அடிக்கடி நீ சொல்வதை நினைத்துத் தான் அச்சப்படறேன் . . .”

“உனது கையைக் கொடு.”

நிமிர்ந்து உட்கார முயன்றேன், “இப்படி மலை வளைவு களில் கார் போகிறபோது, கொஞ்சல் எதுவும் வேண்டாம்” என்று அவர்கள் செய்வதைத் தடுக்க முயன்றேன், முடியவில்லை. இன்னமும் என்னிடமிருந்த மதுவின் போதை, ஆன்னி சரீரத்தில் ஒட்டியிருந்த வாசனைத் திரவியத்தின் மணம், எனது தலை முடியைப் பறக்க வைத்த கடற்காற்று, கலவியின் போது தோளில் சிரில் ஏற்படுத்திய விரல் நகக் குறிகள், பற்கள் பதித்த தடங்கள் என என்னை இன்பத்தில் ஆழ்த்த, அமைதி கொள்ளவைக்க ஆயிரத்தெட்டுக் காரணங்களிருந்தன. நான் உறங்கிப் போனேன். அந்த நேரத்தில், பாவம் சிரில், பிறந்த நாள் பரிசாக அவனது தாயார் கொடுத்திருந்த மோட்டார் சைக்கிளில் எல்சாவுடன் மிகவும் சிரமத்துடன் திரும்பி வந்து கொண்டிருப்பான் என நினைத்தேன். சிரில், அவனது கடின மான மோட்டார் சைக்கிள் பயணம் என நினைத்தவுடன் கண்ணீர் தளும்புகிறது. காரணம் புரியவில்லை. கார் அமைதியாக ஊர்ந்துசெல்ல தாலாட்டுவதுபோல இருந்தது, நன்கு தூங்கலாம் போலிருந்தது. உறக்கம் என்றவுடன் திருமதி வெப் நினைவுக்கு வந்தாள். அவள் அந்த நேரத்தில் தூங்கியிருக்க மாட்டாள். நானும்கூட அவள் வயதில், என்னோடு படுக்கவென்று இளைஞர் களுக்கு நிறைய செலவு செய்வேன், பின்னே உலகில் உடலுறவைக் காட்டிலும் அத்தனை மென்மையாக, அத்தனை உயிர்ப் புள்ளதாக, நியாயப்படுத்தக்கூடியதாக வேறொன்று இருக்கிறதா என்ன? கொடுக்கின்ற பணத்துக்கு, கிடைக்கின்ற பலன் குறைவாய்க் கூட இருக்கட்டுமே, அதனாலென்ன? அப்போது கூட ஆன்னியிடத்திலோ அல்லது எல்சாவிடத்திலோ இருக்கிற மாதிரி கசப்பையும் காழ்ப்பையும் ஒருபோதும் என்னிடத்தில் அது ஏற்படுத்தாது. சத்தமிடாமல் சிரிக்கிறேன். ஆன்னியின் தோள் கொஞ்சம் கூடுதலாக இறங்கிக் கொடுத்தது. ‘தூங்கு’ என்று கட்டளையிடுவதுபோலச் சொன்னாள். நான் தூங்கிப் போனேன்.

❖

14

மறுநாள் எழுந்திருக்கையில் முதல்நாளின் சோர்வேதுமில்லை. நன்றாகவே இருந்தேன். நேற்றைய அத்துமீறல்களால் பின்கழுத்தில் மட்டும் வலி. வழக்கம்போல எனது கட்டில் சூரிய ஒளியில் மூழ்கிக் கிடக்கிற காலை வேளை. போர்வையைச் சுருட்டித் தள்ளினேன். போட்டிருந்த பைஜாமாவின் மேற்சட்டையையும் கழற்றிப் போட்டுவிட்டு, எனது வெறும் முதுகைச் சூரியனுக்குக் காட்டியபடி குப்புறப் படுத்தேன். மடக்கிய கையில் கன்னத்தை வைத்தபடி பார்க்க, முதலில் போர்வைக் குவியல். தூரத்தில் தரையில் பதித்திருந்த மார்பிளில் ஈயொன்று தவித்துக்கொண்டிருந்தது. காலைச் சூரியன் இல்லையா? இதமான வெப்பம். என்மீது கரிசனங்கொண்டு கதகதப்பினையூட்ட நினைத்ததுமாதிரி, சூரியன் எனது தசைக்குள் இறங்கி எலும்புகளை நீவிக் கொண்டிருந்தான். அப்படியே அசையாமல் கட்டிலில் கிடந்து காலைப் பொழுதை ஓட்டிவிடலாமா என்று கூட நினைத்தேன்.

நேற்று மாலை நடந்தது அனைத்தையும் மெல்ல மெல்ல, தெளிவாய் ஞாபகப்படுத்த முடிந்தது. ஆன்னியிடம், 'சிரில் என் ஆசைநாயகன்' என்று கூறியிருந்ததையும், பின்னர் சிரித்ததையும் நினைத்துக்கொண்டேன்: போதையிலிருக்கையில் உண்மையைப் பேசுகிறோம், ஆனால் ஒருவரும் நம்புவதில்லை. அடுத்து, திருமதி வெப்பையும் அவளோடு சண்டையிட்டதையும் ஞாபகப் படுத்த முடிந்தது. எனது வயதும், மதாம் வெப் மாதிரியான பெண்கள் மத்தியில் பழகியதும் அவளைச் சமாளிக்க உதவியிருக்கிறதெனப் புரிந்துகொண்டேன். அப்பெண்களையும் குற்றம் சொல்வதற்கில்லை. வேலையற்று இருப்பவர்கள், வாழ்க்கையை நன்கு அனுபவிக்கவேண்டுமென்கிற ஆசைகளும் அவர்களுக்கு நிறைய இருக்கின்றன,

எனவே பொதுவிடங்களில் மோசமாக நடந்துகொள்கிறார்கள். வழக்கத்திற்கு மாறாக ஆன்னி மிகவும் மனமுடைந்திருப்பதும், வருத்தத்திலிருப்பதும், அவள் காட்டிய அமைதி தெரிவித்தது. தொடர்ந்து அவள் அப்படியே இருந்தால், என் தகப்பனாருடைய பெண் நண்பர்களில், யாரை அவளோடு ஒப்பிட்டுப்பார்ப்பது, ஒருவரும் சரிவரமாட்டார்களே என நினைத்துக்கொண்டேன். ஒரு மாலைப்பொழுதைச் சந்தோஷமாக நீங்கள் என் அப்பாவின் நண்பர்களோடு கழிக்கவேண்டுமெனில், சில தகுதிகள் உங்களுக்கு அவசியம். முதலில் ஓரளவுக்காவது நீங்கள் குடிபோதையில் இருக்கவேண்டும். அடுத்து அவர்களோடு மல்லுக்கு நிற்க வேண்டும். கடைசியில் முடிந்தால் அவரவர் தேவைக்கேற்ப சம்பந்தப்பட்ட தோழியையோ தோழனையோ அல்லது அவர்களது ஜோடியையோ தள்ளிக்கொண்டு மறைவாக ஒதுங்க வேண்டும். என் தகப்பனாருக்கு இவை சுலபமாக வரும். ஷார்ல் வெப்பும் அப்பாவும் பெண் பித்தர்கள். "இன்றிரவு என்னோடு டின்னர் சாப்பிடவும் படுக்கவும் வருகிறவள் யாரென்று உன்னால் சொல்லமுடியுமா? ஸொரெல் படத்துல வருகிற மார்ஸ். துப்புய் வீட்டுக்கு திரும்பவும் வருகிறேன். அங்கே . . ." தொடர்ந்து அப்பா உரத்தக் குரலில் சிரிப்பார். வெப் என் அப்பாவின் தோளை மெல்லத் தட்டி, "அவனுக் கென்னய்யா ஜாலியான ஆசாமி! . . . அவளும் அழகில் எலிசா விற்கு எந்த விதத்திலும் இளப்பமில்லை" என்பார். இருவரும் பள்ளிச் சிறுவர்கள்போல அரட்டை அடிப்பார்கள். அம்மா திரியான நேரங்களில் அவர்களிடத்திலே வெளிப்படுகிற தவிப்பும் தாபமும் சுவாரஸ்யமாக இருக்கும். மாலைவேளைகளில் காப்பி பார்களில் அப்பாவுக்கும் அவரது நண்பர்களுக்கும் மணிக் கணக்கில் நடக்கிற உரையாடல்கள் கூடுதலாக ஆர்வத்தைத் தூண்டும். அதிலும் லொம்பார்ட் சொல்கிற சோகக்கதைகளை நீங்கள் கேட்டிருக்கவேண்டும்: "அவளைத்தவிர வேறொருத்தியை என்னால் நினைச்சுப் பார்க்க முடியலை ரெமோன். என்னுடன் அவளிருந்த வசந்தகாலம் நினைவிருக்கிறதா? அதாவது அவள் என்னைவிட்டுப் போவதற்கு முன்னால் நடந்தது . . . ஒருவனுக்கு ஒருத்தி என்று சொல்றதெல்லாம் என்ன வாழ்க்கை!" என்று மிகவும் அலுத்துக்கொள்வார். என்ன . . . இப்படியெல்லாம் கூச்சமில்லாமல் அருவருப்பாகப் பேசிக்கொள்கிறார்களே என நினைப்பீர்கள். எனினும், மதுவை வைத்துக்கொண்டு அவர்கள் பேசும் பேச்சிருக்கிறதே, அதனை எவ்வளவு நேரமென்றாலும் ரசிக்கலாம்.

ஆன்னியின் நண்பர்கள் ஒருபோதும் தங்களைப்பற்றி அப்படி பேசிக்கொண்டதில்லை. நீங்கள் நினைப்பதும் சரிதான். அவர்களுக்கு அப்பாவைப் போலவோ அல்லது அவரது

நண்பர்களைப் போலவோ காதலனுபவங்கள் இல்லை. அப்படியே அவர்கள் பேசும்படி நேரிட்டாலும், புன்னகைக் கலாம் அவ்வளவுதான். உண்மையில் பலரும் விரும்பக்கூடிய தும் ஏற்கக்கூடியதுமான குணங்கள் அவர்களிடம் இருந்தன. வருங்காலத்தில் அத்தகைய பெருந்தன்மையை ஆன்னி எங்களிடத் திலும் காண்பிக்கலாம் என்பதால், அதைப் பகிர்ந்துகொள்ள நானும் தயார். எனினும் எனது முப்பதாவது வயதைக் கற்பனை செய்துபார்க்கையில், நான் பெரிதும் என் தகப்பனாரின் நண்பர்களை ஒத்திருந்தேனேயன்றி ஆன்னி போல அல்ல. அப்போது, அவளது அமைதியும், அலட்சியமும், கமுக்கமும் எனது நெஞ்சை அதிகமாகவே இறுக்கலாம். ஆனால், அடுத்த பதினைந்து வருடத்தில் ஒரு நாள், வாழ்க்கையை ஒரு பாட்டம் ஆடிமுடித்து அலுத்துபோய் நான் அமர்ந்திருக்க, அருகில் வசீகரத்துடன் ஆணொருவன் அமர்ந்திருப்பான். அநேகமாக அவனும் என்னைப்போல களைத்திருக்கலாம். அவனிடத்தில், “என்னுடைய முதல் கள்ளக்காதலன் பேர் சிரில். அப்போது எனக்கு வயசு பதினெட்டு. கொளுத்தும் வெயிலில், கடலில் . . .” என்று சுயபுராணம் படித்துக்கொண்டிருப்பேன்.

அம்மனிதனின் முகத்தையும் என்னால் கற்பனைசெய்ய முடிந்தது. அப்பாவைப் போலவே அவனது முகத்திலும் சின்ன தாய்ச் சுருக்கங்கள். கதவை யாரோ தட்டும் சத்தம். அவசர அவசரமாக பைஜாமாவின் ஜாக்கெட்டை அணிந்தவள், “உள்ளே வரலாம்” என்றேன். கதவைத் திறந்துகொண்டு ஆன்னி காப்பிக் கோப்பை ஒன்றை வெகு ஜாக்கிரதையுடன் கையில் பிடித் திருந்தாள்.

“உனக்குக் காப்பி தேவைப்படுமென்று நினைத்தேன். உடம்பில் அசதி தெரிகிறதா?”

“ஆமாம், நேற்றுமாலை கொஞ்சம் அதிகமாகக் குடித்து விட்டேன் என்று நினைக்கிறேன்.”

“வெளியே போகும்போதெல்லாம், அதிகமாகக் மது எடுப்ப தென்பது, உனக்கு வழக்கமாகிவிட்டது. அதிலும் நேற்று மாலை ரொம்ப மோசம் . . . என்னை மிகவும் நோகடித்துவிட்டாய். நேற்றைய இரவு நன்கு கழிந்திருக்கவேண்டியது . . .”

அதன்பிறகு எனது கவனம் சூரியனிடத்திலுமில்லை, காப்பியின் ருசியிலுமில்லை. ஆன்னியிடம் உரையாடுகின்ற நேரங்களில், வழக்கமாக எனக்கேற்படும் நிலைமை: என்னை முழுவதுமாக அவள் கிரகித்துக்கொள்வாள். எனது இருப்பு பொய்யென்றாகிவிடும். எனினும் நான் ‘இருக்கிறேன்’ என்பது போல என்னைக் குறிவைத்துக் கேள்விகள் வரும். என்னைப்

பற்றிய முடிவுக்கு வரும்படி அவை வற்புறுத்தும். அன்றைக்கும் அப்படித்தான். என்னை மிகவும் இக்கட்டான நிலமையில் வைத்திருந்தாள்.

"செசில்! உனக்கு வெப் மற்றும் துப்புய் போன்ற குடும்பங்கனென்றால் சந்தோஷம் போலிருக்கிறது?"

"சரியான கழுத்தறுப்பு ஆசாமிகளென்றாலும், நமக்குப் பொழுது போகுதே ...."

தரையில் கிடந்த ஈயின் பிரயத்தனங்களைக் கவனித்தபடியிருந்தாள். ஈக்கு ஏதோ நேர்ந்திருக்கவேண்டும். நீளவாக்கிலும் தடித்துமிருந்த ஆன்னியுடைய விழிமடல்கள், பரிவும் கனிவும் அவளது இயல்பான குணமென்று சாட்சியமளித்தன.

"திரும்பத் திரும்ப வாக்குறுதிகள், ஏற்பாடுகள், பெண்கள், மாலைப் பொழுதுகள் என அவர்கள் பேசுகிறபொழுது, அப்பேச்சு உனக்கு எரிச்சலூட்டவோ வருந்தச் செய்யவோ இல்லை."

"ஆன்னி, உனக்குத் தெரியும், பத்துவருடங்கள் நான் விடுதியில் தங்கியிருந்தவள். நீ குறிப்பிட்ட அவர்களிடத்தில் பெரிதாக எந்தப் பண்பையும் எதிர்பார்க்கவும் முடியாது. எனவே, அவர்களின் பேச்சு எனக்கு சுவாரஸ்யமாக இருக்கிறது."

சுவாரஸ்யமாக இருக்கிறதென்று சொன்னேனே தவிர சந்தோஷமாக இருக்கிறதென்று சொல்லவில்லை. உண்மையைச் சொல்ல அச்சம்.

"இரண்டு வருடமாக, அப்படித்தானே!... இது, மனிதர்களின் பண்பினைக் அடிப்படையாகக்கொண்டதோ அல்லது நியாயத்தை அடிப்படையாகக் கொண்டதோ அல்ல. உணர்வு சம்பந்தப்பட்ட விஷயம். இன்னும் சொல்லப்போனால் அதற்கும் மேலே ..."

எனக்கு முடியாது. அப்படியெல்லாம் ஒரு விடயத்தை என்னால் பார்க்கவியலாது. அந்த விவாதத்தினைத் தொடர்வதற்கு எனக்குப் போதாதென்பது தெளிவாய் விளங்கியது.

தாமதிக்காமல் அவளிடம் "ஆன்னி ... நான் புத்திசாலி என்று நினைக்கிறாயா?" என்று கேட்கிறேன்.

அப்படியொரு கேள்வியை எதிர்பார்க்காதவள்போல, கலகலவெனச் சிரிக்கிறாள்.

"நீ புத்திசாலி என்று நம்பத்தான் செய்கிறேன். எதற்காக இந்தக் கேள்வி?"

"நான் முண்டமாகவிருந்தாலும், உனது பதில் இப்படித் தானிருக்குமா? அடிக்கடி என்னை நீ ஓரங்கட்டுவதுபோல தோன்றுகிறது . . ."

"எல்லாவற்றுக்கும் வயசுதான் காரணம். உன்னிலும் பார்க்கத் தெளிவாக நான் இருப்பது அவசியம். அப்படி யில்லையெனில், எனக்கு இன்னமும் அலுப்புத் தட்டிவிடும். உன் ஆதிக்கத்திற்கு நான் அடக்கமென்றாகிவிடும்." – சொன்னவள் சத்தமிட்டுச் சிரித்தாள். எனக்கு அவளது பதிலில் ஏமாற்றம்.

"அப்படியே நானிருக்கிறேன் என்று வைத்துக்கொள்வோம், அதிலென்ன தப்பு?"

"வேறு வம்பே வேண்டாம், கற்பனைசெய்யவே பயமாய் இருக்கிறது" எனக் குரலைத் தாழ்த்திச் சொன்னவள், சட்டென்று அதிலிருந்து விடுபட்டு நேராக எனது கண்களைப் பார்த்தாள். அவளது பார்வையைத் தாங்கவியலாமல் நெளிகிறேன். இன்றைக்கும் அப்படியான பழக்கமுள்ளவர்களைச் சந்திக்கிறேன். அவர்கள் எனது கண்களை நேரிட்டுப் பார்த்தாலோ, அல்லது அவர்கள் சொல்வதை நான் காதில் வாங்குகிறேனா என்பதை உறுதிப்படுத்திக் கொள்வதற்காக அருகில் வந்து நின்றாலோ, அதனை எதிர்கொள்ள என்னால் முடிவதில்லை. தவிர அவர் களிடமிருந்து தப்பினால் போதுமென நினைத்து, பின்வாங்கு வேன். "கேட்டுக்கொண்டுதானிருக்கிறேன், சொல்லுங்கள்" என்று எனது வாய் சொல்லிக் கொண்டிருக்க, கால்கள் சும்மா யிராது இடம் வலமென்று மாறிமாறி அடவு பிடிக்கும். தப்பித் தால் போதுமென்று அறையின் அடுத்தமுனைக்கு ஓடுவேன். அம்மனிதர்களின் பிடிவாதமும், இங்கிதமற்ற தன்மையும், தங்களுக்கு எல்லாச் சுதந்திரமும் உண்டென்பதுபோல அவர்கள் நடந்துகொள்ளும் விதமும், எனக்கு நிறைய கோபத்தை ஊட்டும். நல்லவேளை, ஆன்னி அப்படியான எண்ணத்துடன் என்னைத் துரத்தினாள் என்றெல்லாம் சொல்லப்போவதில்லை. ஆனால் அந்தப் பார்வையில் மாத்திரம் அப்படியொரு வீச்சு. என்னை ஏறிட்டுப் பார்த்தாளெனில் அத்தனை சீக்கிரம் கண்கள் விலகாது. கூடுதலாக அவளது அக்கறையற்ற மென்மையான குரல். அவற்றைப் பற்றிப் பெருமையாகப் பேசியதுண்டு. இனி முடியாது.

"கடைசியில் வெப் மாதிரியான ஆண்களுடைய நிலைமை என்ன தெரியுமா?" ஆன்னி கேட்டாள்.

மனம் அப்பாவை நினைத்துக்கொண்டது.

"சாக்கடையில் விழுவார்கள்" – மகிழ்ச்சியுடன் சொன்னேன்.

“அதற்கென்று ஒரு வயது வரும், அப்போது அவர்களது வசீகரமனைத்தும் காலாவதியாகியிருக்கும். ‘ஏதோ இருக்கிறேன்’ என்று இருப்பார்கள். மது அருந்த மாட்டார்கள். பெண்கள் மீதான ஆசை நீங்காதிருக்கும்; அதைத் தணித்துக்கொள்ள பணம் வேண்டும். தங்கள் தனிமையிலிருந்து தப்புவதற்குச் சின்னச்சின்னதாய் அநேக விஷயங்களை விட்டுக்கொடுக்க வேண்டிவரும். இழப்புகளுக்குச் சம்மதிக்க வேண்டிவரும். அவர்கள் பரிதாபத்துக்குரிய மனிதர்கள். அரைக்கம்பத்தில் நிறுத்திய கொடிகள். நிறைய எதிர்பார்ப்பிருக்கும், சட்டென்று கலங்கிப்போவார்கள். உடைந்து, உருக்குலைந்து, கடைசியில் சிதைவுகளாய் மாறிப்போனவர்கள், அநேகம்பேரை நான் சந்தித்திருக்கிறேன்.”

“வெப்பை நினைத்தால் பரிதாபமாகத்தான் இருக்கிறது” – நான்.

ஆன்னி மாத்திரம் அப்பாவைக் கவனித்துகொள்கிற பொறுப்பை நிராகரித்தால், அவரது கதியென்னவாகும்? அப்பாவின் அந்திமக் காலத்தை நினைக்க அச்சமாக இருந்தது. நான் குழப்பத்திலிருந்தேன்.

“உன்னால் அதையெல்லாம் எண்ணிப்பார்க்க முடிகிறதா? எதிர்காலத்தைப் பத்தின கவலைகள் உனக்கேது? உன் வயது அப்படி. இளைஞர்கள் அப்படித்தானிருப்பீர்கள்.”

“ஆன்னி . . . வேண்டாம், புதுசா இளம்வயது அப்படி இப்படியென்று சொல்லி இன்னொரு குழப்பம் வேண்டாம். அப்படியொன்றும் இளம்வயதுக் கனவுகளில் மிதப்பவளும் நானல்ல. நீ சொல்கிற வயது எனக்குச் சகல சுதந்திரத்தையும் கொடுத்திருப்பதாகவோ, எதைச் செய்யவும் எனக்கு அனுமதி வழங்கியிருக்கிறது என்றோ நான் நினைக்கவில்லை. நீ நினைப்பது போல அதற்கு எந்த முக்கியத்துவமும் கொடுக்கிறதில்லை.”

“சரி, நீ எதற்கு முக்கியத்துவம் கொடுக்கிறாய்? உன்னுடைய நிம்மதிக்காகவா, இல்லை, உன்னுடைய சுதந்திரத்திற்காகவா?”

எனக்கு அதுபோன்ற உரையாடல்களென்றால் பயம். அதிலும் ஆன்னியுடன் அவற்றைப்பற்றியெல்லாம் பேசுவதென்றால் கூடுதல் பயம்.

“இல்லை . . . எதைப் பற்றியும் நான் நினைப்பதில்லை, என்னைத் தெரியுமில்லையா உனக்கு?”

“எனக்கு எரிச்சல் ஊட்டுகிறாய். இரண்டுபேருமே என்னை அதிகமாகச் சீண்டுகிறீர்கள். உன் தந்தையையும் சேர்த்துத்தான் சொல்கிறேன். ‘தகப்பனுக்கும் பெண்ணுக்கும் எதைப்பற்றியும்

சிந்தனை இல்லை. நீங்கள் எதற்கும் உபயோகமில்லை... இந்த உண்மைகளெல்லாங்கூட உங்களுக்குத் தெரியாது.' அப்படி யிருப்பதே ஒருவகையில் உங்களுக்கு மகிழ்ச்சி."

"மகிழ்ச்சி எல்லாம் ஒன்றுமில்லை. என்னை நானே வெறுக் கிறேன். அது கூடாதென்பதற்காக எந்த முயற்சியிலும் இறங்கு வதில்லை. ஆனால் நீ, எனது வாழ்க்கையில் சிக்கல்களை ஏற்படுத்தவேண்டுமென்றே, சிலவேளைகளில் என்னைச் சிரமப் படுத்துகிறாய், அதற்குப் பழிவாங்கவேண்டுமில்லையா, நானும் உன்வழியிலேயே செயல்படுகிறேன், அவ்வளவுதான்."

பாடலொன்றைத் திடீரென்று முணுமுணுக்கிறாள், ஏதோ சிந்தனையுடன். கேட்ட பாடல், ஆனால் என்ன பாடலென்று நினைவில் இல்லை.

"ஆன்னி இப்போ பாடுவதை நிறுத்தமுடியுமா? எனக்குப் பிடிக்கவில்லை. என்ன பாட்டு அது?"

"தெரியாது." சிரிக்கிறாள். மனம் தளர்ந்திருப்பதைபோலத் தெரிந்தது. தொடர்ந்து, "கட்டிலிலேயே படுத்திரு. உனக்கு இப்போது ஓய்வு தேவை. இதற்கிடையில் எனக்கும் உங்கள் குடும்பப் புத்திசாலித்தனத்தைப்பற்றிய ஆராய்ச்சியைத் தொடர வேண்டியிருக்கிறது. நான் புறப்படுகிறேன்" என்றாள்.

'படுக்கலாம், அப்பாவுக்கென்றால் சுலபமாய் வரும்' என்று நினைத்துக்கொண்டேன். மற்றொன்றும் எனக்கு விளங்கியது அவள், 'எனக்கு எதைப்பற்றியும் சிந்தனையில்லை' என்றதற்கு உண்மையில் "அம்மா ஆன்னி, உன்னையே நான் நினைத்துக் கொண்டிருக்கிறேன், உன்னை நேசிக்கிறேன்' என்று பொருள். புத்திசாலிப் பெண்மணியான ஆன்னிக்கு, எனது மனது நிச்சயம் புரிந்திருக்கவேண்டும். கால்களை நீட்டி, தலையணையில் முகம் புதைத்துப் படுத்தேன். ஆன்னியிடம் சொல்லி இருந்ததற்கு மாறாக, நிறைய யோசித்துக்கொண்டிருந்தேன். உண்மையில் என்னை அமைதிப்படுத்துவதற்குப் பதிலாக, அச்சத்தை விதைத் திருந்தாள். அடுத்த இருபத்தைந்து வருடங்களில், என் தகப்ப னாருக்கு அறுபது வயது, நரைத்த தலை, கூடுதலாக ஓரளவு விஸ்கியும், கடந்தகால வண்ணமயமான வாழ்க்கையும் ஏற் படுத்திய பாதிப்புகள். அப்பாவும் நானும் அடிக்கடி வெளியே போகிறோம். நான் எனது தவறுகளை, அதனால் உற்ற சங்கடங் களை அவரிடம் முறையிடுகிறேன். அவர் எனக்குத் தகுந்த யோசனைகளைத் தெரிவிக்கிறார். எனது எதிர்காலம் குறித்த சிந்தனையில் எப்படி ஆன்னி வராமல் போனாள் என்றெண் ணினேன். அவளின்றி என்னால் வாழ முடியுமா? அது சாத்திய மாகுமா? எனது எண்ணத்தில் இருக்கிற எதிர்கால வீட்டிற்கு

ஆன்னியுடைய பிரத்தியேக உடைமைகளான 'ஒழுங்கு', 'அமைதி', 'இணக்கம்' இதெல்லாம் ஒத்துவராது. எப்போதும் தலைகீழாகப் புரட்டிப்போட்டதுபோல இருக்கும். சில வேளைகளில் துக்கத்தில் மூழ்கியிருக்கலாம், சிலவேளைகளில் பூங்கொத்துகளால் நிரம்பி வழியலாம். விதவிதமான காட்சிகள் அரங்கேறலாம். அங்கங்கே பெட்டிபடுக்கைகள் கிடக்க, அந்நியக் குரல்களையும் கேட்கலாம். எனக்குள்ள பயமே கடுமையான மனக்குடைச்சல்கள் பற்றியது தான். எனினும், சிரிலை மனத்தாலும் உடலாலும் நான் நேசிக்கத் தொடங்கியபிறகு, எனக்கு அதுபற்றிய அச்சங்கள் குறைவென்றுதான் சொல்லவேண்டும். அவனோடு எனக் கிருந்த உறவு நிறைய அச்சங்களிடமிருந்து என்னை மீட்டிருந்த தென்றாலும், மனவேதனைகள் குறித்து இன்னமும் பயப் படுகிறேன். அமைதி, அதுவே எனக்கு வேறு எதைக்காட்டிலும் பிரதானமாகத் தோன்றியது. உள்ளத்தில் எங்களுக்கு, அதாவது எனக்கும் என் அப்பாவக்கும் அமைதி வேண்டுமெனில், எங்களைச் சுற்றிலும் மாற்றம் நிகழவேண்டும். அதுதான் உண்மை, அதை அங்கீகரிக்கின்ற மனம் ஆன்னியிடம் வேண்டும். எனக்கு நம்பிக்கையில்லை.

❖

15

என்னைப் பற்றியும் ஆன்னியைப் பற்றியும் நான் சொன்ன அளவிற்கு, என் தந்தையைக் குறித்து உங்களிடத்தில் கூறியிருப்பது குறைவென்றே சொல்லலாம். அதற்குக் காரணம், அவரிடத்தில் எனக்கு அக்கறை இல்லையென்றோ, நான் சொல்லிகொண்டிருக்கிற கதையில் அவருக்கு முக்கியத்துவம் இல்லையென்றோ பொருளல்ல. அவரை நேசித்த அளவு வேறொருவரை ஒருபோதும் நான் நேசித்ததில்லை. என் மனதில் அப்பாவிற்கென நிரந்தர இடமிருந்தது. அது ஆழமான அன்பு. அக்காலக் கட்டத்தில் என்னை ஆட்டுவித்த அத்தனை உணர்வுகளிலும் பார்க்க மேம்பட்டது. பத்திரமாகப் போற்றியும் வந்தேன். அவரைப்பற்றிச் சொல்வதற்கு மூட்டைமூட்டையாய் தகவல்களிருந்ததுபோல, அவரிடத்தில் மட்டுமே, "எனது மனதுக்குப் பிடித்தமாதிரி நடந்துகொள்ளுங்களேன்" எனச் சொல்லவும் வேண்டியிருந்தது. அவர் சுயநலவாதியுமல்ல, வீம்பான ஆசாமியுமல்ல. ஆனால் எதையும் யோசனையின்றிச் செய்யக்கூடியவர். மனம் போனபோக்கு, அதைத் திருத்த முடியாது. 'நல்லுணர்வுகளுக்கு அவர் அருகதையற்றவர், பொறுப்பற்றவர்' என்பதும் சரியல்ல. என்னிடத்தில் அவர் காட்டிய அன்பை ஒரு தந்தைக்கும் மகளுக்குமுள்ள சராசரி பாசமாக நீங்கள் கருதக்கூடாது. என்னால் நிறைய இன்னல்களை அவர் அனுபவித்திருக்கக்கூடும். உலகில் வேறொருவர் அவரளவிற்கு வருந்தியிருக்கமாட்டார்கள். என்னுடைய வருத்தமும் குறைந்ததா என்ன? அன்றொருநாள், எனக்கேற்பட்ட ஏமாற்றத்திற்கு, என்னை நிராகரிக்கும் அவரது மனப்பான்மையும் அல்லது முகத்தை அவ்வப்போது அவர் திருப்பிக்கொள்வது மட்டுமா காரணங்கள்? நான் முக்கியமா, அவரது சொந்த இச்சைகள் முக்கியமாவென்றால், அவரது தேர்வு

எனக்காகவே இருக்கும். சில இரவுகளில் என்னோடு வீட்டுக்குத் திரும்பவேண்டிய கட்டாயத்தில், மிஸியே வெப் மொழியில் சொல்வதென்றால் 'வாய்த்த நல்ல சந்தர்ப்பங்களை' இழந்திருக் கிறார். அது தவிர மற்ற நேரங்களிலெல்லாம், சந்தோஷம், சபலம், மனம்போனபோக்கென்று வாழ்ந்து வந்தவர் என்பதையும் மறுக்க வில்லை. பிரச்சினைகளை உடல்ரீதியாக அணுகினார். காரண காரியத்துடன் பதிலிறுப்பார். "என்ன முடியலையா? எரிச்சல் வருதா? மதுவைக் குறைத்துக்கொள். நிம்மதியாகத்தூங்கு." பெண்ணொருத்திமீது அவருக்கு வருகிற விபரீதமான ஆசைக்கும் அந்த நிலைமைதான். அதனைக் கூடாதென்று தவிர்ப்பதுமில்லை, அதனை வளர்த்துக்கொண்டு அவதிப்படுவதுமில்லை. யதார்த்த வாதி, பக்குவமாக அணுகும் குணம், அடுத்தவர் மனம் புரிந்து நடப்பவர், மிக மிக நல்லவர்.

எல்சா மீதான மோகத்தினால், துன்பத்திலிருந்தார். அதற் காகப் பெரிதாக நீங்கள் கற்பனை செய்துகொள்ளவேண்டாம். ஆன்னியை ஏமாற்றப்போகிறேன் என்றவுடனே, இனி அவளை நேசிக்கப்போவதில்லை என்று பொருளல்ல. எல்சா மீதான தாபம், என்னை மிகவும் வாட்டுகிறது. ஏதாவது செய்தாக வேண்டும், அல்லது ஆன்னியிடம் எனக்கு இனி ஒத்துவராது என்றெல்லாம் என் தந்தை சொல்லிக்கொண்டது கிடையாது. உண்மையில், ஆன்னியை மிகவும் நேசித்தார், அவளைக் கொண் டாடினார். அவளும் படிப்பறிவற்ற, மோசமான பெண்கள் பின்னால் சுற்றும் அப்பாவின் குணத்தை மாற்றியிருந்தாள். அவரை நன்கு புரிந்து வைத்திருந்ததால் என் அப்பாவின் வீண்பெருமைகளுக்கும், உணர்வுகளுக்கும், உணர்ச்சிகளுக்கும் ஈடுகொடுக்கவும் அவளால் முடிந்தது, தனது புத்தி கூர்மையை யும், அனுபவத்தையும் அவரோடு பகிர்ந்துகொண்டாள். அப்பா வின் மனமோ, வேறுவிதமாக ஆன்னியைப்பற்றிக் கணக்குப் போட்டது. அவள், அவருக்கு பொருத்தமான ஆசைநாயகி யாகவும், எனக்கு இலட்சியத் தாயாகவும் இருக்கமுடியு மென்று நினைத்திருக்கவேண்டும். 'இலட்சிய மனைவி'யாக அவளைக் கைப்பிடித்து, நியதிகள்படி வாழ்வதற்கு அவரால் முடியாதென்பது உறுதி. நாசூக்காகச் சொல்லவேண்டு மென்றால், என் தகப்பனாரும் என்னைப் போலவே கிறுக்குப் பிடித்த ஆசாமியென்பது ஆன்னியின் தீர்மானம். சிரிலுடைய கருத்தும் அதுதான். யார் எப்படி நினைத்துக்கொண்டலும், சோபையற்ற வாழ்க்கைக்கு முடிந்த அளவு ஒளிசேர்ப்பது அவசியமென்று எண்ணுகிற என் தந்தையைத் தடுக்கவியலாது.

எப்படியாவது எங்கள் வாழ்க்கையிலிருந்து ஆன்னியை ஒதுக்க நினைத்தேனேயன்றி, என் அப்பாவுக்கு அதனால் நேரக்கூடிய சாதக பாதகங்களைக் கணக்கில் கொள்ளத்

தவறிவிட்டேன். எனக்கென்னவோ அப்படியொரு நிலைமை ஏற்பட்டாலும், அவர் சமாளிப்பாரென்றே தோன்றியது. இதற்கு முன்பு எத்தனையோ விஷயங்களில் தன்னைத் தேற்றிக் கொண்டிருக்கிறார். ஆக ஆன்னியுடன் முரண்பிடித்தால், மனம்போன போக்கிலே அவர் வாழ முடியுமென்பதால் ஒருவகையில் அப்பாவுக்கு இலாபம். என்ன செய்வது, அப்பாவும் நானும் ஒரே இனம், சொல்லப்போனால் ஊர்மேயும் கூட்டம். சந்தோஷம் சந்தோஷமென்று வாரி இறைத்துவிட்டுப் புலம்பிக் கொண்டிருக்கும் இனம். என்னைப்போலத்தானே என் அப்பாவும் இருப்பார். வழக்கம்போலக் காத்திருந்தார். மனதிலுள்ளதைச் செயல்படுத்தாது வாடிக்கொண்டிருந்தார்.

ஆக அப்பா மிகவும் கலக்கத்துடன் இருந்தார். எல்சா மீதான கோபமும் தணியாமல் இருந்தது. அப்பாவைப் பொறுத்த வரை, எல்சா அவரது கடந்தகால அடையாளம். குறிப்பாக அவரது இளமையின் அடையாளம். 'அன்பே, ஒரு நாள் கட்டாயம் எல்சாவைச் சந்திக்கணும். நான் கிழவனில்லை என்று அவளிடத்தில் நிரூபித்தாகணும். எனக்கு நிம்மதி வேண்டு மென்றால், மெத்தனத்தை அவளது உடலில் இருந்தே கற்றா கணும்' என்றெல்லாம் ஆன்னியிடத்தில் அப்பா சொல்லக் கூடுமோ என்று நினைத்தேன். ஆனால், அவள் பொறாமை கொள்வாளென்றோ, நற்பண்புகள்கொண்ட அவளிடத்தில் அவ்வாறெல்லாம் சொல்லிக்கொண்டிருக்கக் கூடாது என்றெண்ணியோ, கேட்டால் கோபமுறக்கூடும் என்பதாலோ அவர் சொல்லவில்லை. அவளும் என் தந்தையிடத்தில், 'குடி, கூத்தியென்று கூடாது. உங்களை வளர்ந்த ஆண்பிள்ளையாக நினைத்து என்னை ஒப்படைத்திருக்கிறேனே அன்றி, விடலைப் பையன் குணத்திற்கு அல்ல என்பதைப் புரிந்துகொண்டு ஒழுங்காக நடந்துகொள்ளவேண்டும். கண்டதற்செல்லாம் ஆசைப்படும் பரிதாபத்திற்குரிய மனிதராக இருக்கக்கூடாது' என்றெல்லாம் தன்னுடன் வாழ்வதற்கென்று சில நிபந்தனை களை விதித்திருக்கக்கூடும். அதற்காக ஆன்னியை நாம் குற்றம் சொல்ல முடியாது. மனிதர்கள் ஒழுக்கமாக இருக்கவேண்டு மெனில் சில விதிமுறைகளைக் கடைப்பிடித்தாக வேண்டும். ஆனால் அவள் விதித்திருந்த கட்டுப்பாடுகளால் எல்சா மீதான அவரது தாபத்தைக் குறைக்க முடிந்ததா என்றால், இல்லை. எல்சா மீது கொண்டிருந்த அவரது காதல், ஒரே நேரத்தில் இரு பொருள்கள் மீது கொள்கிற கூடாத ஆசை, அவ்வாசை எல்லா ஆசைகளையும்போலவே அதிகரித்துக்கொண்டுபோனதே அன்றி குறையவில்லை.

அந்த நேரத்தில்தான், பிரச்சினைக்கு என்னால் தீர்வு காணமுடியுமென்று தோன்றியது. 'பின்னேரத்தில் ஒருநாள்,

ஆன்னியை அழைத்துக்கொண்டு நீஸ் நகரத்திற்கோ வேறெங்காகிலுமோ, நான் செல்கின்ற நேரத்தில் எல்சா அப்பாவைச் சந்திக்கவேண்டும்' என்கிற திட்டத்தை அவளிடத்தில் தெரிவிப்பது. அவ்வாறு நடந்தால், நீஸ் நகரத்திலிருந்து திரும்பும்போது, முறையான கலவிக்கு வேண்டிய அல்லது விடுமுறைகழித்து நாங்கள் தொடங்கவிருக்கிற வாழ்க்கைக்குத் தேவையான, புத்தம்புதுக் காதலுணர்வுகளில் மிதமிஞ்சியவராய் அப்பா இளைப்பாறிக் கொண்டிருக்கக்கூடும். திட்டத்தில் உள்ள குறை, தற்காலிகமாக என்றாலும், அதற்கு உடன்படுகிறபொழுது ஆசைநாயகிகள் கூட்டத்தில் ஆன்னியும் ஒருவளாகிறாள். எனவே அவள் மறுக்கக்கூடும். ஆன்னிக்குப் பிறர் மதிக்க வாழ்ந்தாகவேண்டும். அப்படித்தான் அவள் வாழ்கிறாள் என்கிற நினைப்பு நிறைய அவளுக்குண்டு. அவ்வாறு நினைத்தே எங்கள் வாழ்க்கையையும் அவதிக்குள்ளாக்கியிருந்தாள்.

திட்டத்தோடு எல்லாம் சரி. எல்சாவிடம், 'அப்பாவுடைய மனமறிந்து நடந்துகொள்' என்று சொல்லவும் இல்லை. ஆன்னியை அழைத்துக்கொண்டு நீஸ் நகருக்குச் செல்லவும் இல்லை. எல்சா மீதான அப்பாவின் விருப்பம் முற்றிப்போய், அதன் காரணமாக அவர் தவறிழைக்கவேண்டுமென்று மனம் விரும்பியது. அதுவும் தவிர, சமீபகாலம்வரை எனக்கும் என் தந்தைக்கும் மகிழ்ச்சியைத் தந்த எங்கள் மேம்போக்கான கடந்தகால வாழ்க்கையை இழிவாக நினைக்கும் ஆன்னியின் மனப்போக்கையும் என்னால் சகித்துகொள்ள முடியாது. அந்த விஷயத்தில் எனக்கொன்றும் ஆன்னி மனதைப் புண்படுத்த வேண்டுமென்கிற எண்ணமேதுமில்லை. ஆனால் 'நாங்கள் தீர்மானித்துகொண்ட வாழ்க்கை இதுதான்' என்பதை அவளுக்குப் புரியவைக்கவேண்டும். என் தந்தையும் அவளை ஏமாற்றக்கூடும். அப்படி நடந்தால், இன்னொருத்தியோடு அவர் சென்றால், ஆன்னி அதனை அதற்கான கருதுகோளின் அடிப்படையிலேயே தீர்மானிக்கவேண்டும். மனித உடல் எதிர்பார்க்கிற தற்காலிக இன்பமென்றே கொள்ளவேண்டும். பதிலாக சொந்த மதிப்பீடுகள், தமது உன்னதம், கண்ணியமென்கிற அடிப்படையில் பார்த்தல் கூடாது. தனது தரப்பு நியாயத்திற்காக தான் எதற்கும் தயாரென்றால், அவள் செய்ய வேண்டியது ஒன்றேயொன்றுதான். எங்களைத் திருத்தியாக வேண்டும் என்ற ஆசைகளெல்லாம் கூடாது. எங்கள் போக்கிலேயே விட்டுவிடவேண்டும்.

என் தந்தையின் மனதிலிருந்த குழப்பங்களைப் புரிந்தும், புரியாதவள்போல நடந்துகொண்டேன். எக்காரணத்தை முன்னிட்டும், அப்பாவுக்காக எல்சாவிடத்தில் பரிந்துரைக்கவோ, ஆன்னியை அவரிடமிருந்து விலக்கிவைக்கவோ நான் துணை

போக முடியாது. அப்பா தனது மனவருத்தங்களை என்னிடத்தில் புலம்ப அனுமதிக்கவும் கூடாது.

ஆன்னியைப்போலவே, அவள்மீது அப்பா கொண்டிருந்த காதலையும் உயர்வானதென்று கருதுபவள்போல என்னை நான் காட்டிக்கொள்ளவேண்டும். அதில் எனக்கேதும் வருத்த மில்லை என்றும் சொல்லவேண்டும். ஆனால் சிலநேரங்களில் ஆன்னியையும் ஒரு நாள் அப்பா ஏமாற்றக்கூடும் என்பதை எண்ணிப் பார்த்தபோது அச்சமும் வியப்பும் கலந்தேயிருந்தன. ஆன்னி முகத்தைக் கண்டதும், மனத்திலுண்டாகிற கவலைகள் குறைந்தன. யதார்த்தத்தை உணர்ந்து, அப்பாவுடைய காரியங் களுக்கு அவள் இணங்கிப்போகலாம். அதன்மூலம், எங்கள் வாழ்க்கைமுறையோடு ஒத்துப்போகலாமென்றும் சிலவேளை களில் நினைப்பதுண்டு. இதற்கிடையில், சிரிலும் நானுமாக யாருமற்ற இடங்களாகத் தேடித் தேடிக் காதல் செய்தோம். ஊசியிலைகளின் வாசம், கடலோசை, அவனது உடல் தந்த நெருக்கம்... இப்போதெல்லாம் அவனும் வேதனைப்பட ஆரம்பித் திருந்தான். எங்கள் இருவர் காதலுக்காக, நான் கேட்டுக் கொண்டதுபோல நடிப்பதாகவும் மற்றபடி நடக்கின்ற நாடகத் தில் தனக்குத் துளியும் விருப்பமில்லை என்பதுபோலவும் இருந்தான். உண்மைதான். அதிக முயற்சிகளின்றி உருவான நாடகம். நிறைய பொய்கள், நிறைய வேடங்கள். அவை அந்தச் செய்கைகள் மட்டுமே, என்னைப் புரிந்துகொள்ளவும் உதவின.

இந்த இக்கட்டிலிருந்து மீண்டாகவேண்டும். நானே அப்படி யான நிலைமையைத் தேடிக்கொள்வேனோ என்கிற அச்சம். கொஞ்சம் அதிகமாக யோசித்தால்கூட, பழைய நினைவுகளில் விழுந்து சோர்ந்து போகிறேன். ஆன்னியின் சிரித்த முகம், என்னிடத்தில் அவள் காட்டிய பரிவு என நினைத்தால் போதும், இடிந்து போகிறேன். வலிபொறுக்கமாட்டாமல் துடிக்கிறேன். எனது மூச்சுக்குழலை நானே நெரித்துக்கொள்வது போல எண்ணம். மனசாட்சி உறுத்த, அதிலிருந்து விடுதலை பெற நினைத்து, சிகரெட் பற்ற வைத்தல், இசைத்தட்டு கேட்டல், நண்பன் ஒருவனுடன் தொலைபேசியில் பேசுதல் போன்ற சில்லறைக் காரியங்களில் இறங்குகிறேன். கொஞ்சகொஞ்சமாக வேறு பொருள்களில் மனம் அக்கறை கொள்ள, எனக்கதில் விருப்பமில்லை. எனக்கேற்பட்டிருக்கும் நெருக்கடியிலிருந்து மீள, அதனை வெல்லாமல் கடந்தகாலத்தை மறக்கமுயல்வதோ, எதையும் மேம்போக்காகப் பார்க்கிற மனபான்மைக்கு மீண்டும் திரும்புவதோ தீர்வாகாது. அப்படித் தற்காலிகமாக நெருக்கடி களிலிருந்து மீள நினைக்கிற எனது திறமையை மெச்சிக்கொண் டாலும் எனக்கு அதில் விருப்பமில்லை.

❖

வணக்கம் துயரமே!

16

விதிக்கு, கண்ணியமற்ற அற்ப முகங்களென்றால் தனிப் பிரியம் போலிருக்கிறது. அந்தக் கோடையின் போது அதற்கு எல்சா கிடைத்திருந்தாள். ஆனால் அவளுடைய முகம் மிகவும் அழகானது. கவர்ச்சியிலும் குறைவில்லை. கூடுதலாக, அசட்டு மனிதர்களிடத்தில் மாத்திரமே காணக்கூடிய ஒளிவுமறைவற்ற, கலகலவென்ற சிரிப்பு.

என் தந்தை விஷயத்தில், அச்சிரிப்பின் பங்கென்ன என்பதை விரைவில் புரிந்துகொண்டேன். நாங்களிருவரும், எதிர்பாராமல் சிரிலோடு சேர்ந்து, எல்சாவைச் சந்திக்கிற நேரங்களிலெல்லாம் அதனை அவள் உபயோகிக்கவேண்டி அத்தனை உபாயங்களையும் கையாண்டிருக்கிறேன். அவளிடத்தில், "அப்பா உங்களிருவர் அண்மையில் வருவதை அறிந்தவுடனேயே பேசாதே, சிரி" எனச் சொல்வதுண்டு. அதன்படி அவள் நிறுத்தாமல் கலகலவென்று சிரிப்பதும், தொடர்ந்து அப்பா ஆத்திரப்படுவதும் பல முறை நிகழ்ந்திருக்கிறது. நடக்கிற நாடகத்திற்கு நானே சூத்ரதாரி என்கிறபோது அத்தனை மகிழ்ச்சி. தொடர்ந்து ஆர்வம் காட்டினேன். வைத்த குறி தப்பியதில்லை. எல்சாவும் சிரிலும் தங்கள் பொய்யான உறவு நாடகத்தைக் கனகச்சிதமாக அரங்கேற்றுவதைக் காண்கிறபோதெல்லாம், அப்பாவும் நானும் முகம் வெளுத்துப் போயிருக்கிறோம். எங்கள் முகம் இரத்தமற்றுப்போகும். இரு வருக்கும் அவரவர் உடைமைமீதும் ஏற்படுகிற தாபத் தினை சாதாரண வேதனையென்று சொல்லிவிட முடியாது. அதற்கும் மேலே. சிரில், எல்சாமீது சாய்ந்த படி இருக்கிறபோதெலாம், என்னுடைய இதயம் சுக்கு நூறாக உடைந்திருக்கிறது. இத்தனைக்கும் அக்காட்சி யைத் தீர்மானித்ததே நானாக இருக்கும். அதைத்

தீர்மானித்தபொழுது, அதன் உக்கிரத்தை உணராதது என் தப்பு. அரங்கேறுகிற காட்சிக்குப் பொருத்தமான, எளிமையான இரண்டொரு வார்த்தைப் பரிமாற்றங்கள். அதிலும் குறிப்பாக சிரிலின் முகமும், அவனது பழுப்பு நிற, மென்மையான கழுத்தும், எல்சாவுக்குத் தாரைவார்க்கப்படுவதைப் பார்க்க மனம் பொறுப்பதில்லை. அதைத் தடுத்து நிறுத்த என்ன விலையென்றாலும் கொடுப்பதற்குத் தயாராகவே நானிருந்தேன். இதில் ஆச்சரியமென்னவென்றால், பெரும்பாலான நேரங்களில், அக்காட்சிகளுக்கு நான்தான் காரணகர்த்தாவென்பதை மறந்துபோவதுதான்.

மேலே குறிப்பிட்டதுபோன்ற ஏராளமான அசம்பாவிதங்களுக்கு இடையிலும், எங்கள் மத்தியில் ஒருவித நம்பிக்கை இழை, நெருக்கம், இனிமை – இல்லை எனக்குப் பொருத்தமான சொல் கிடைக்கவில்லை. அதாவது ஆன்னியின் தயவால் வாய்க்கப்பெற்ற 'நிம்மதியான' வாழ்க்கை. 'நிம்மதி'கூட சரியான சொல்லாகாது. 'நிம்மதியையொத்த' என்று வேண்டுமானால் சொல்லிக்கொள்ளலாம். அதற்கு முன்பு அப்படி நடந்துகொண்டதில்லை. எங்களைப் பற்றியே நாங்கள் சிந்தித்துக்கொண்டிருந்த நேரத்தில், அவள் எங்கள் நலனை நினைத்துச் செயல்பட்டாள். எங்களது மோசமான ஆசைகளோடும், எனது சின்னத்தனமான திட்டத்தோடும் ஒப்பிடுகிறபோது அவள் மிகவும் உயர்ந்தவள். என் தகப்பனாருக்காகத் தனது கண்ணியமான தோற்றம், புத்திக்கூர்மை, நேசம் என்பவற்றைத் தவிர, பிற பொய்யான கவர்ச்சிகளை விட்டொழித்தாள். எனது திட்டத்திற்குப் பெரிதும் உதவுமென நம்பிக்கொண்டிருந்த அவளுடைய பிரத்தியேகக் குணங்களான, கல்மனதும் வீம்புங்கூட அவற்றுள் அடங்கும். நான் அவளுக்கென்று வருந்த ஆரம்பித்தேன். சிலவேளைகளில் நமது உணர்வு, படைகளின் அணிவகுப்பில் வாசிக்கப்படும் இசைக்கு ஒப்பானது. விவரிக்க இயலாத பரவசத்தில் நம்மை நிறுத்திவிடும். ஆன்னிக்காக எனது மனது துடித்தபோது அப்படித்தான் நெகிழ்ந்துபோனேன். அதற்காக என்னை நீங்கள் குற்றம் சொல்ல வேண்டாம்.

ஒருநாள் காலை நேரம். மிகுந்த பரபரப்புடன் வேலைக்காரி என்னைத் தேடிவந்தாள். அவள் கையில் 'திட்டமிட்டபடி நடக்கிறது, உடனே வரவும்!' என்று ஒரு செய்தி. பெரிய விபரீதம் காத்திருக்கிறதென்று மனம் எச்சரித்தது. எனது திட்டத்தின் இறுதிக்கட்டத்திற்கு வந்திருக்கிறேன். அதனைச் சந்திக்க பயம். கடற்கரைக்குப் போய்ப் பார்த்தால், அங்கே எல்சா. அவளது முகத்தில், கடைசியில் தான் வென்றுவிட்ட மகிழ்ச்சி.

"ஒருவழியாக, உன்னுடைய தகப்பனாரைப் பார்க்க முடிந்தது. ஒரு மணிநேரம் ஆகிறது."

“உன்னிடத்தில் என்ன சொன்னார்?”

“அவர் என்னிடத்தில் மிருகத்தனமாக நடந்துகொண்டாராம், வருத்தம் தெரிவித்தார். உண்மைதானே?”

நான் அனுமானித்ததுபோல, தொடர்ந்தாள்:

“பிறகு என்னைப் புகழ்ந்து நிறைய வார்த்தைகள், அவருக்கு மட்டுமே அது வருமென்பதுபோல. கொஞ்சம் ஒட்டுதலற்ற குரல், குழைவான வார்த்தைகள், மனதிலிருப்பதைச் சொல்ல முடியாமல் . . . எப்படிச் சொல்வது?”

நனவுலகிற்கு அவளைக் கொண்டுவரத் தீர்மானித்தேன்.

“எதற்காக அத்தனையும்? கடைசியில் என்னதான் சொன்னார்?”

“ஒன்றுமில்லை என்றும் சொல்வதற்கில்லை! . . . பக்கத்துக் கிராமத்துக்குச் சென்று தேநீர் அருந்திவிட்டு வரலாமாவென்று கேட்டிருக்கிறார். எனக்கும் ‘பழிவாங்கவேண்டும்’ என்ற எண்ணமெல்லாமில்லை. பரந்த மனது இருக்கிறது. முன்னைப்போல அல்ல. நிறைய முன்னேற்றம் கண்டிருக்கிறேன்’ என்று உனது தந்தையிடம் நிரூபித்தாகவேண்டும் இல்லையா?”

என் தகப்பனாருக்கு தலைமுடியும், தோலும் சிவந்த பெண்களின் முன்னேற்றங்கள் குறித்துச் சில அபிப்ராயங்களுண்டு. அதை நினைத்துப்பார்த்தேன். சிரிப்புவந்தது.

“எதற்காகச் சிரிக்கிறாய்? அவருடைய அழைப்பை ஏற்று போகலாமா கூடாதா?”

எனக்கு அதில் சம்பந்தமில்லையெனச் சொல்ல நினைத்தேன். அந்தத் திட்டத்தின் வெற்றிக்கு முழுக்கமுழுக்க நானே காரணமென்று நினைக்கிறாள். உண்மை இருக்கிறதோ இல்லையோ, வகையாய்ச் சிக்கியிருந்தேன். எனக்குக் கோபம் வந்தது.

“எல்சா . . . இந்தப் பிரச்சினையில் என்னை இழுக்காதே. உனக்கு என்ன விருப்பமோ அதைச் செய். அடிக்கடி என்னைக் கேட்டுக்கொண்டு அதன்படி காரியத்தில் இறங்குவதும் சரியில்லை. பிறகு, ஏதோ நான்தான் உன்னை இப்படியெல்லாம் செய்யச்சொல்கிறேன் என்று பலரும் நம்பக்கூடும்.”

“அதுதானே உண்மை. உன்னுடைய உதவியால்த்தானே இன்றைக்கு இந்த அதிர்ஷ்டம் . . .”

அவளது பாராட்டு மொழிகள், என்னைப் பரவசபடுத்துவதற்குப் பதிலாகப் பயமுறுத்தின.

"உன்னுடைய விருப்பப்படி ஆகட்டும். இனி என்னிடத்தில் இதெல்லாம் சொல்ல வேண்டாம். உன்னைக் கெஞ்சிக் கேட்டுக் கொள்கிறேன்!"

"செசில்... என்ன பேசுகிறாய் நீ? அந்தப் பெண்மணியைத் துரத்தியாகணும் என்பதை மறந்துவிட்டாயா?"

தப்பினால் போதுமென்று அங்கிருந்து புறப்பட்டேன். தன்னுடைய விருப்பமென்னவோ அதன்படி அப்பா நடந்து கொள்ளட்டும். முடிந்தால் ஆன்னி நெருக்கடியைச் சமாளித்துக் கொள்ளட்டும். நான் சிரிலைச் சந்திக்க வேண்டியிருந்தது. எனது அப்போதைய கலவரப்பட்டிருந்த மனதிற்கு சிரிலுடனான உறவு மாத்திரமே மாற்றாக இருக்குமென்று நம்பினேன்.

சிரில் எனது கரங்களைத் தொட்டு அருகில் இழுத்துக் கொண்டான். வார்த்தையேதும் இல்லை. அவனது அண்மையில் அனைத்தும் கைக்கெட்டும் தூரத்தில். நிறைய உக்கிரம், கட்டுக் கடங்கா சந்தோஷம். சிறிது நேரத்திற்குப்பிறகு அக்கடாவென்று, வியர்வையில் தொப்பலாக நனைந்திருந்த பொன்னிற சட்டை யணிந்த அவனது மார்பில் கிடந்தேன். புயலில் சிக்கிய படகு போல அப்படியொரு களைப்பு. அவனிடத்தில் எனக்கு இதில் விருப்பம் இல்லையென்று சொன்னேன். ஆனால் அதைப் புன்னகைத்தபடி கூறினேன். காரணம் அதை நினைத்தபோது எனது மனதில் வலிகளில்லை, மாறாக ஒருவித இதமான மகிழ்ச்சி. சிரில் நான் சொன்னதைப் பொருட்படுத்தவில்லை.

"அதனாலென்ன. என் விருப்பத்திற்கு இணங்கும் அளவிற்கு எனது காதல் உன்னை மாற்றியிருக்கிறது. உன்னை மிகவும் நேசிக்கிறேன், வெகு ஆழமாக நேசிக்கிறேன்..."

'உன்னை மிகவும் நேசிக்கிறேன், வெகு ஆழமாக நேசிக் கிறேன்...' என்று அவன் கூறியிருந்தது, சாப்பிட உட்கார்ந்த போதுகூட எனது காதில் ஒலித்தது. விளைவு மதிய உணவின் போது தெளிவாக என்ன நடந்ததென்கிற நினைவில்லை. ஆன்னி ஊதா வண்ணத்தில் வெளுத்த கவுனொன்றை அணிந் திருந்தாள். அவளது கண்களிலும் கண்களைச் சுற்றியும் கருவளை யங்கள் சூழ்ந்து, கவுனைப் போலவே சோபையற்று இருப்பதை போலத் தோற்றம். அப்பாவின் முகத்திலோ மகிழ்ச்சி. அதை வெளிப்படையாகவே காட்டிக்கொண்டார். நிலைமை அவருக்குச் சாதகமாகத் திரும்பியிருந்தது. கடைசியில் உணவின் இறுதிக்கட்டத்திற்கு வந்திருந்தபோது, மதியம், அருகிலிருக்கிற கிராமத்திற்குச் சென்று சில பொருட்களை வாங்கிவர இருப்பதாக அப்பா கூறினார். அதைக் கேட்டதும் உள்ளூரச் சிரித்துக் கொண்டேன். எனக்கு முடியவில்லை. உயிர்வேதனை எனச்

சொல்வார்களே அந்த நிலமையில் நான் இருந்தேன். கடலில் நீந்திவிட்டுவரலாம் என்று தோன்றியது.

மணி நான்கிருக்கும். கடலில் இறங்கினேன். அப்பா பால் கனியில் நின்றுகொண்டிருந்தார். மதிய உணவின்போது சொல்லி யிருந்தது நினைக்கு வந்தது. அருகிலிருந்த கிராமத்திற்குச் செல்லத் தயாராகயிருந்தார். அவரிடம் ஏதாகிலும் சொல்லவேண்டு மென்று எனக்குத் தோன்றவில்லை. குறைந்தபட்சம், கவனமா யிருங்கள், அவசரப்படாதீர்கள் என்று சொல்லியிருக்கலாம்.

கடல்நீர் இளஞ்சூட்டுப் பதத்துடன் சுகமாக இருந்தது. ஆன்னி கடலில் குளிக்க வரவில்லை. அங்கே அப்பா எல்சா வுடன் காதல் பேச்சுக்களில் இறங்க, ஆன்னி இங்கே தான் விரும்புவதை சேகரித்தபடி பொழுதைக் கழிக்கலாம் அல்லது தனது அறையிலமர்ந்து சித்திரம் தீட்டலாம். இரண்டு மணி நேரம் கழிந்திருக்கும், சூரியனும் எதிர்பார்த்ததுபோல இல்லை யென்று தெரிந்தவுடன் மாடிக்கு வந்தேன். செய்தித்தாள் ஒன்றை விரித்தபடி நாற்காலியில் அமர்ந்தேன்.

ஆன்னி வருவது தெரிந்தது. ஊசியிலைத் தோப்புத் திசை யிலிருந்து வந்தாள், இல்லை பதற்றத்துடன் ஓடிவந்தாள். அப்படி யொரு வேகம். வயதான பெண்மணியொருத்தி ஓடிவருவதும் முடியாமல் தடுமாறுவதும், விழுந்தெழுவதும் போன்ற விபரீத மான கற்பனையில் நான் அதிர்ச்சியிலிருந்து மீளமுடியாமல் அமர்ந்திருந்தேன். வந்தவள் வீட்டின் பின்புறமிருந்த, கார் ஷெட் பக்கம் மறைந்துபோனாள். நடக்கப்போவது என்ன வென்று கணநேரத்தில் புரிந்தது, அவளைத் தடுத்து நிறுத்த வேண்டும். ஓடினேன்.

நான் போனபோது காரில் அமர்ந்திருந்தாள். சாவியைத் திருப்ப எஞ்சின் உறுமுகிறது. ஓடிச் சென்று கதவில் விழுந்தேன்.

"ஆன்னி, அவசரப்பட்டு எந்த முடிவும் எடுக்க வேண்டாம். போகாதே. எல்லவற்றுக்கும் நான்தான் காரணம். என்ன நடந்ததென்று விளக்கமாச் சொல்கிறேன் ..."

ம் .. அவள் காதில் வாங்கினாளா என்று தெரியவில்லை. என்னை நேராகப் பார்ப்பதைத் தவிர்த்தாள். கை பிரேக்கைத் தளர்த்தக் குனிந்தாள்.

"ஆன்னி, போயிடாதே. எங்களுக்காக நீ அவசியம் இருந்தா கணும்!"

சட்டென்று நிமிர்ந்தவள், உடைந்து அழுதாள். கடைசியில் எனது எதிரியென்று கருதி மோத நினைத்தது உடல் மட்டும் அல்ல, இரத்தமும் தசையும் கொண்ட உயிர். அதற்கும் உணர் வெல்லாம் உண்டு என்பது புரிந்தது. அவளும் சிறுமி, கொஞ்சம்

புதிர், இளம்பெண், பின் பெண்மணியென்று வாழ்க்கையை அறிந்தவள். நாற்பது வயதும், தனிமை வாழ்க்கையும் அவளை ஓர் ஆணை விரும்ப வைத்திருக்கிறது. அடுத்த பத்து ஆண்டு களுக்கு, ஒருவேளை இருபது ஆண்டுகளுக்குக்கூட அவனோடு வாழ்க்கையை இனிமையாகக் கழிக்கலாமென்ற கனவுகள் இருந்திருக்கக்கூடும். ஆனால் நான் என்ன செய்திருக்கிறேன், இதோ... அவளது அவலமான இந்த முகத்திற்கு நானே காரணம். அதிர்ச்சியில் உறைந்துபோனேன். உடல் நடுங்க கார் கதவைப் பிடித்தபடி இருந்தேன்.

"உங்களுக்கு ஒருவரும் வேண்டாம். உனக்கும் சரி, உன் தகப்பனாருக்கும் சரி" என்றாள் ஆன்னி.

எஞ்சின் உறுமுவது தொடர்கிறது. எனக்கு ஏமாற்றம். திடீரென்று அவள் புறப்பட நினைப்பது சரியல்ல.

"ஆன்னி... தயவு செய்து என்னை மன்னித்துவிடு. உன்னைக் கெஞ்சிக் கேட்டுக்கொள்கிறேன். எங்களோடு இருக்கத்தான் வேண்டும்."

"எதற்காக மன்னிக்கணும்?"

இரு விழிகளிலிருந்தும் பொலபொலவென்று கண்ணீர். அதைப் பற்றிய அக்கறையின்றி, என்னை வெறித்துப்பார்த்தாள்.

"அசடு அசடு... எதற்காக இப்படிச் சின்னப்பெண்போல..."

ஒருசில நொடிகள், அவளது கரம் எனது கன்னத்தில் படிந்திருந்தது. மறுகணம் என்னை ஒதுக்கிவிட்டு வேகமாய்ப் புறப்பட்டாள். கார் எங்கள் வீட்டையொட்டிய வளைவில் திரும்பும்வரை பார்த்துக்கொண்டிருந்தேன். பிறகுச் சுத்தமாக மறைந்துபோனது. அனைத்தும் கணத்தில் நடந்துமுடிந்திருந்தது. ஆனால் கடைசியாய்ப் பார்த்த அந்த முகம், ஆன்னியின் முகம்...

எனது பின்னால் ஏதோ சப்தம். திரும்பிப்பார்த்தேன். அப்பா. சிலநொடிகளை தன்மீது ஒட்டியிருந்த எல்சாவுடைய உதட்டுச் சாயத்தைத் துடைத்துக்கொள்ளவும், தைத்திருந்த ஊசியிலைகளைத் தட்டிவிடவும் செலவிட்டார். வேகமாய் அவர்பக்கம் திரும்பியவள், அவர் மார்பில் விழுந்தேன்.

"மிருகம்.. மிருகம்!"

தேம்பித் தேம்பி அழுகிறேன்.

"என்ன ஆச்சு? எதற்காக அழுகிறாய்? ஆன்னி... ஆன்னி.. எங்கே? செசில்... அழாமல் நடந்தது என்னவென்று சொல்லித் தொலையேன்..."

❖

17

இரவு உணவுக்கென்று அப்பாவும் நானுமாக மேசைமுன் அமர்ந்திருந்தபோது, மீண்டுமொருமுறை பதற்றத்துடனேயே சந்தித்திருந்தோம். எனக்குச் சுத்த மாகப் பசியில்லை. அப்பாவுடைய நிலைமையும் அதுதான். ஆன்னி மறுபடியும் திரும்பி வரவேண்டிய அவசியத்தை இருவருமே உணர்ந்திருந்தோம். புறப்படுவதற்கு முன், ஆன்னியிடம் கண்ட கலவரமடைந்த முகம் மீண்டும் மீண்டும் கண்ணில் தெரிகிறது. தொடர்ந்து அவள் உற்ற துயரங்கள். அனைத்திற்கும் நானே காரணமென்கிற உறுத்தல். தவிக்கிறேன். மிக நிதானமாகச் செயல்பட்ட தையும் திட்டங்களை அரங்கேற்றியதையும் மறந்தாயிற்று. தலைசுற்றுகிறது. என்வசம் நானில்லை. என் அப்பா முகத்தைப் பார்க்க, அவரும் என்னைப் போலவே வேதனையின் உச்சத்திலிருக்கிறார் என்பதைப் புரிந்து கொண்டேன்.

“என்ன நினைக்கிறாய்? அவள் திரும்ப வர நாளாகுமா?”

“அவள் நிச்சயம் பாரீஸுக்குத்தான் போயிருக்க வேண்டும்” – நான்.

“பாரீஸா?” அவர் கனவுகளுடன் முணுமுணுப்பது போலத் தெரிந்தது.

“இனி அவளைத் திரும்பவும் பார்ப்போமேன்று நினைக்கவில்லை . . .”

அப்பா நிலை தடுமாறினார். எனது கையை எட்டிப் பிடித்தார்.

“என் இந்த நிலைமைக்கு நீதான் காரணம். எனக்கு என்ன நடந்ததென்று தெரியவில்லை. ஊசியிலைத்

தோப்புக்குள்ளே எல்சாவும் நானுமாகப் போனோம்... அவள் என்னை... கடைசியில் நானும் முத்தமிடவேண்டியதாயிற்று. அநேகமாக ஆன்னி அதைப் பார்த்திருக்கவேண்டும். பிறகு..."

அவர் சொன்னது எதுவும் காதில் விழவில்லை. மனதில், அடர்ந்த ஊசியிலைத் தோப்பு. அதன் நிழலில் ஆணும் பெண்ணு மாய்ப் பின்னிய இரு உடல்கள். எல்சாவோ அப்பாவோ என் கண்ணுக்குத் தெரியவில்லை. மாறாகச் சம்பவம் நடந்த அன்றைக்கு, கொடூரத்தைச் சந்தித்த ஜீவனாக, உயிர்ப்புள்ள ஒரே ஜீவனாக என் மனக்கண்களில் கடைசியாகப் பார்த்த ஏமாற்றமும் துயரமும் குடிகொண்ட ஆன்னியின் முகம். அப்பாவின் சிகரெட் பாக்கெட்டிலிருந்து ஒரு சிகரெட்டை எடுத்துப் பற்றவைக்கிறேன். ஆன்னி இருந்திருந்தால், தனது மறுப்பைத் தெரிவித்திருப்பாள். உணவு நேரத்தில் புகைபிடிப்பதை அவள் விரும்புவதில்லை. என் தந்தையைப் பார்த்து மெல்லச் சிரித்தேன்.

"நடந்தது எதற்கும் உங்களைக் குற்றம் சொல்லமுடியாது... சில நேரங்களில், உணர்ச்சிகளுக்கு அடிமையாகிறோம். ஆனால், நம்மை ஆன்னி மன்னித்துத்தான் ஆகவேண்டும், அதாவது உங்களை."

"என்ன செய்யலாம்?" – அப்பா.

அப்பாவைப் பார்க்கப் பரிதாபமாக இருந்தது, 'எனக்குக் கருணை காட்டுங்களேன்' என்பது போல. நானும் இரக்கப் பட்டேன். ச்சே, என்ன இருந்தாலும் ஆன்னி சுத்த மோசம். இப்படி எங்களை அந்தரத்தில் நிறுத்திவிட்டுப் போனதேன்? நாங்கள் எல்லைமீறிப் போய்விட்டோம் என்பதற்காக ஒருவேளை இந்தத் தண்டனையா? எங்களுக்காகச் சில பொறுப்புகள் அவளுக்கு இருப்பதை மறந்துவிட்டாளா?

"அவளுக்குக் கடிதம் எழுதலாம். அதில் நம்மை மன்னிக்க வேண்டும் என்று கேட்டுக்கொள்ளலாம்."

"மிக நல்ல யோசனை" – அப்பா உரத்துச் சொன்னார்.

கடந்த மூன்றுமணி நேரமாக, என்ன செய்வதென்று புரியாமல் கலங்கிக்கொண்டிருந்த நிலையில், கடிதமெழுதும் யோசனை அவருக்கு சரியாகப்பட்டது.

உணவை முடிக்கவில்லை, எழுந்துகொண்டோம். மேசை மீதிருந்த விரிப்பையும் மற்றவற்றையும் ஓரமாக ஒதுக்கினோம். அப்பா, ஒரு பெரிய மேசை விளக்கு, பால் பாயிண்ட் பேனா, கடிதம் எழுதுவதற்கான தாள்கள் என்று வேண்டியவை அனைத் தையும் கொண்டுவந்தார். எதிரெதிராக அமர்ந்தோம். இரு வரிடமும் மகிழ்ச்சி. ஏதோ நடத்துகிற இந்த நாடகத்தால்

நாளைக்கே ஆன்னி திரும்பிவிடுவாள் என்ற நினைப்பு எங்களுக்கு. வெளவால் ஒன்று சன்னலுக்கு முன்னால் ஒரு சில நொடிகள் அழகாய் பறந்துவிட்டு மறைந்தது. அப்பா குனிந்து எழுத ஆரம்பித்தார்.

அன்றைய இரவு, உருகி உருகி, ஆன்னிக்கு நாங்கள் எழுதிய கடிதங்களின் எண்ணிக்கையை இன்றைக்கு நினைத்தால்கூட வேடிக்கையாகவும் வேதனையாகவும் இருக்கிறது. ஆன்னியை எப்படியாவது அடைந்தே தீருவது என்கிற ஆவேசத்துடன் நாங்கள் எழுத உட்கார்ந்தது ஏதோ முட்டாள் மாணவர்களிருவர் மிகவும் கடினமான வியாசம் எழுத உட்கார்ந்ததைப்போல கவனமெடுத்துக்கொண்டோம். அதில் குறிப்பிட்டுச் சொல்லப் படவேண்டியவை இரண்டு கடிதங்கள். முடிந்த இடங்களில் மன்னிப்பு கேட்டு, அன்பைப் பொழிந்து, வருந்தி மிக உருக்கமாக எழுதப்பட்டவை. முடித்தபோது ஆன்னி கடிதத்தைப் படிக்க நேர்ந்தால், உடனே புறப்பட்டு வருவாளென்று உறுதியாக நம்பினேன். அப்போதே ஆன்னி திரும்ப வந்திருப்பதைப் போல நினைப்பு. தொடர்ந்து 'மன்னிப்பு' நாடகத்தின் காட்சிகள், அரங்கேறுமிடம்: பாரீஸ், எங்கள் வரவேற்பறை. நிறைய சந்தோஷம், வெட்கம், தயக்கம் . . . ஆன்னி உள்ளே வருகிறாள், அடுத்து . . .

இரவு மணி பத்திருக்கும், தொலைபேசி ஒலித்தது. இருவரும் ஆச்சரியத்துடன் ஒருவரையொருவர் பார்த்துக்கொண்டோம். பெரிய சுமை குறைந்ததுபோல ஒரு நம்பிக்கை. நிச்சயம் அது ஆன்னியாகத்தான் இருக்கவேண்டும். எங்களை ஆன்னி மன்னிக்கவும், 'திரும்பவும் வருகிறேன்' எனச் சொல்வதற் காகவுமே அது ஒலிக்கிறது. தொலைபேசியில் வேறு யார்? ஆன்னி. அப்படித்தான் நம்பினோம். வேகமாய் ஓடிச்சென்று கையிலெடுத்த அப்பாவின் குரலில் இதுவரை காணாத சந்தோஷம். "ஹல்லோ . . ."

வேறு வார்த்தைகளில்லை. தொடர்ந்து "ம் . . . ஆமாம். சொல்லுங்கள்? எங்கே? அப்படியா?" குரலில் சுரத்தில்லை. சோர்ந்து ஒலிக்கிறது. சட்டென்று எழுந்துகொண்டேன். பயத்தில் உடல் நடுங்குகிறது. அப்பாவைப் பார்க்கிறேன், அவரது கரம் எந்திரத்தனமாக முகத்தில் படிகிறது. கடைசியில் தொலை பேசியை வைத்துவிட்டு என் பக்கமாய்த் திரும்பினார்.

"அவளுக்கு விபத்து. எஸ்தர் போகிற வழியில் நடந்திருக் கிறது. முகவரியைக் கண்டுபிடிக்கச் சிரமப்பட்டிருக்கிறார்கள். பாரீஸுக்கு போன் செய்து பார்த்திருக்கிறார்கள். பிறகு நமது தொலைபேசி எண் கிடைத்திருக்கிறது. இங்கே தொடர்புகொண் டிருக்கிறார்கள்."

அவர் கடகடவென்று எந்திரம்போல, குரலில் ஏற்ற இரக்க மின்றி, சொல்லிக்கொண்டு போனார். குறுக்கிடுவதற்கு எனக்கு அச்சம்.

“விபத்து நடந்த இடம் மிகவும் மோசமான இடம். ஏற்கனவே பலமுறை அங்கு விபத்துகள் நடந்திருப்பதாகச் சொல்கிறார்கள். கார் ஐம்பதடி ஆழத்தில் விழுந்திருக்கிறது. உயிர் பிழைத்தால் ஆச்சரியம்.”

எஞ்சிய இரவு எத்தனை பயங்கரத்துடன் கழிந்ததென்பது நினைவிலிருக்கிறது. காரின் முன் விளக்கு வெளிச்சத்தில் வளர்ந்து கொண்டுபோன சாலை, உணர்ச்சிகளேதுமற்ற அப்பாவின் முகம், மருத்துவமனையின் கதவு . . . அவளை நான் பார்ப்பதை அப்பா தவிர்த்தார். காத்திருக்கும் அறையில், பெஞ்சொன்றில் அமர்ந்திருந்தேன். எதிரே சுவரில், செதுக்கு ஓவியமாக வெனிஸ் நகரக் காட்சி. மனம் உறைந்து கிடந்தது. செவிலிப் பெண் ணொருத்தி, கோடையில் மாத்திரம் அதுவரை அங்கே ஆறு விபத்துகள் நடந்திருப்பதாக என்னிடம் தெரிவித்தாள். ஆன்னியைப் பார்க்கவென்று சென்ற அப்பா வெகுநேரமாகி யும் திரும்பவில்லை.

எல்லாம் முடிந்து விட்டது. இனி அவள் என்றுமே திரும்பப் போவதில்லை. மீண்டுமொருமுறை ஆன்னி தான் யாரென்று நிரூபித்துவிட்டாள். எங்களுக்கும் – அதாவது எனக்கும் என் தந்தைக்கும் – மனத் திடமும் இருந்து, தற்கொலை செய்திருப்போ மென்றால், எங்கள் தலையில், குண்டு பாய்ந்திருக்கும். கூடவே சம்பந்தப்பட்ட மனிதர்களின் நிம்மதியையும் உறக்கத்தையும் வாழ்நாள் முச்சூடும் குலைக்கவென்று விவரமாக ஒரு தாளில் எழுதியும் வைத்திருப்போம். விபத்து நடந்த இடத்தையும், கார் தடம்புரண்டிருந்த விதத்தையும் வைத்துப் பார்க்கிற போது, நடந்ததை விபத்தென்று நம்புவதற்கான சாத்தியங்களை ஓர் அதிசயப் பரிசாக ஆன்னி எங்களுக்கு வழங்கியிருந்தாள் என்று சொல்லலாம். எதிர்காலத்தில், அப்பரிசிசை ஏற்றுக்கொள் வதற்குரிய பரிதாபமான நிலையில் நாங்களும் இருக்கலாம். அன்றைய தினம், தற்கொலை குறித்துப் பேசுகிற மனநிலையில் தான் நானுமிருந்தேன். இறந்தவரோ வாழ்பவரோ எங்களுக்கு ஒருவரும் வேண்டாமென்று நினைக்கிற நாங்களாவது தற்கொலை செய்துகொள்வதாவது! அடுத்து அப்பாவும் நானும் அச்சம் பவத்தை விபத்தென்று கருதினோமே ஒழிய, வேறொன்றாகப் பார்க்க மனம் இடந்தரவில்லை.

மறுநாள் மதியம் மூன்றுமணி அளவில் வீட்டிற்குத் திரும்பினோம். எல்சாவும் சிரிலும் வாயில் படிகளில் அமர்ந்து எங்களுக்காகக் காத்திருந்தார்கள். பொருளற்ற காதல் விளை

யாட்டுக்கு இருவருமே சொந்தக்காரர்கள். இருவரிடத்திலும் வழக்கம்போல எவரையும் வசீகரித்துச் சங்கடத்துக்குள்ளாக்குகிற கவர்ச்சி. எங்களைப் பார்த்ததும் எழுந்து நிற்க, அர்த்தமற்ற அரூப மனிதர்களாய்த் தெரிந்தார்கள். அவர்களுக்கு ஆன்னி அறிந்தவளுமல்ல. விரும்பியவளுமல்ல. சிரில் என்னைக் கண்டதும் முன்வந்து எனது கரத்தைப் பற்றினான். அவனை நேரிட்டுப் பார்த்தேன். ஒருபோதும் உண்மையாய் அவனை நேசித்ததில்லை. பார்க்க நல்லவனாகவும் அழகாகவும் இருந்தான். எனது இச்சையை அவன் பூர்த்தி செய்தவிதம் பிடித்திருந்தது. அதற்காகத் தொடர்ந்து எனக்கு அவன் வேண்டுமென்று இல்லை. விடுமுறை முடிந்ததும் நான் புறப்படவேண்டும். கோடைக்காலம், வில்லா, சிரில்... இனி எனக்கு வேண்டிய தில்லை. எனது தந்தை, தந்தை மாத்திரம் உடனிருப்பார். எனது எண்ணங்களைப் புரிந்துகொண்டவர்போல, எனது கரத்தை அவர் வாங்கிக்கொள்ள, இருவருமாக வில்லாவுக்குள் நுழைந்தோம்.

வில்லாவில், ஆன்னியை நினைவுபடுத்துகிற அவளுடைய பெரிய மேலாடை, அவள் கொண்டுவந்திருந்த மலர்கள், மலர்க்கொத்துகள், அவள் தங்கியிருந்த அறை, அவள் உபயோகித்த வாசனைத் தைலம். அப்பா, சன்னல் மடிப்புகளை இறக்கினார். குளிர்பதனப்பெட்டியிலிருந்து, ஒரு மதுபாட்டிலையும் இரண்டு கண்ணாடித் தம்ளர்களையும் எடுத்துக்கொண்டு மேசையில் அமர்ந்தார். மன ஆறுதலுக்கு, கைக்கெட்டும் தூரத்திலிருந்த எங்களது ஒரே நிவாரணம். ஆன்னியிடம் எங்கள் வருத்தத்தைத் தெரிவித்து எழுதிய கடிதங்கள் இன்னமும் மேசையில் கிடந்தன. அவற்றைத் தள்ளியதும் கீழே விழுந்து காற்றில் தடுமாறின, மதுவை நிரப்பிக்கொண்டு எழுந்த அப்பா, தரையில் கிடந்த கடிதங்களைக் கண்டு தயங்கி நின்றார். பின்னர் அதை மிதித்து விடாமல் கவனமாக என்னிடத்தில் வந்தார். அப்பாவிடமிருந்து கண்ணாடித் தம்ளரை வாங்கியவள் ஒரு மிடறு விழுங்கினேன். அறையெங்கும் சன்னமான இருட்டு. சன்னலையோட்டி அருவமாக அப்பா. திரும்பத் திரும்பத் கரையில் மோதிச் சிதறும் கடல்.

❖

18

சவ அடக்கம் பாரீஸில் நடைபெற்றது. அன்று நல்ல வெயில். கறுப்புடை அணிந்து கலந்துகொண்டவர்களின் முகங்களில் 'நடந்தது என்ன' என்பதைத் தெரிந்து கொள்ளும் ஆர்வம். அப்பாவும் நானும் துக்க சம்பவத்திற்கு வந்திருந்த ஆன்னியின் வயதான பெற்றோர்களிடத்தில் கை குலுக்கிக்கொண்டோம். ஆண்டுக்கொரு முறையாவது எங்கள் வீட்டிற்கு அவர்கள் வருவது வழக்கம். என் தந்தையைப் பார்த்த பலருடைய முகங்களில் வருத்தம் வெளிப்படையாகத் தெரிந்தது. திருமதி வெப் அனேகமாக ஆன்னியை அப்பா திருமணம் செய்ய இருந்ததைச் சொல்லியிருக்கவேண்டும். புறப்படவிருந்த சமயத்தில் சிரில் என்னைத் தேடுவதைக் கண்டதும், தவிர்த்தேன். அவனை வெறுப்பது நியாயமற்றது என்கிறபோதும் என்னால் வேறுவிதமாக நடந்துகொள்ள முடியவில்லை. எங்களைத் தெரிந்தவர்கள் முட்டாள்தனமான அப்பயங்கரத்தைக் குறித்துப் பேசியபடி இருக்க, எனக்கு இன்னமும் விபத்தைக் குறித்து தீர்க்க முடியாத சில சந்தேகங்களிருந்தன. ஒருவகையில் அச்சந்தேகங்களால் மனதில் அற்ப சந்தோஷ மென்றுகூட சொல்லலாம்.

காரில் வீடு திரும்பும்பொழுது அப்பா எனது கரத்தை விடாமல் பிடித்தபடி வந்தார். 'அப்பா, இனி உங்களுக்கு நான், எனக்கு நீங்களென்று வாழ்ந்தாகவேண்டும் யாருமற்ற அநாதைகள். துன்பப்படப் பிறந்தவர்கள்' என மனதில் நினைத்துக்கொண்டேன். முதன் முறையாக அழுதேன். வடித்த கண்ணீர் மனதிற்குச் சுகத்தைக் கொடுத்தது. எத்தனை அழுதாலும், மருத்துவமனையில், வெனிஸ் காட்சிப் படிமத்தில் கண்ட கொடூரமான சூன்யத்திற்கு ஈடாகாது.

ஒரு மாதகாலம் அப்பா, மனைவியைப் பறிகொடுத்திருந்த கணவர் போலவும், நான் அனாதை போலவும் இருந்திருப்போம். காலை உணவிற்கு ஒன்றாக அமர்வது, மீண்டும் இரவு உணவின் போது சந்திப்பதென்று காலம் கழிந்ததே அன்றி, இருவருமாக வெளியிலெங்கும் போகவில்லை. ஆன்னியைப் பற்றிப் பேசுவதை முடிந்தமட்டும் தவிர்த்தோம். சில நேரங்களில், "உனக்கு ஞாபக மிருக்கிறதா .. அன்றைக்கு. . . என ஆரம்பித்தால், மிகவும் கவனமாக இருப்போம். பார்வையைத் தவிர்ப்போம். எதையாவது சொல்லப்போய் அடுத்தவர் மனதில் ஆறாப்புண்ணை ஏற்படுத்தி விடுமோ என்ற அச்சம். அந்த எச்சரிக்கைக்கும் கவனத்திற்கும் கூடிய சீக்கிரமே பலன் கிடைத்தது. "ஆன்னி எவ்வளவு நல்லவள், எத்தனை உசத்தி, அவளோடு வாழ்ந்த நாட்களெல்லாம் எவ்வளவு மகிழ்ச்சியாகக் கழிந்திருக்கிறது! என்ன செய்வது? கடவுளுக்கு அவள் வேண்டியிருந்தது, இறந்துவிட்டாள்" என்றெல்லாம் எந்தவித உறுத்தலின்றி ஆன்னி குறித்து இயல்பாக எங்களால் பேசமுடிந்தது. 'எப்படியோ' அவள் இறக்கவேண்டியிருந்தது என்பதற்குப் பதிலாகக் கடவுள் அவளை அழைத்துக் கொண்ட தாகக் கூறிவிட்டேன். எங்களுக்குக் கடவுள் நம்பிக்கையெல்லாம் கிடையாது. இருந்தச் சூழலில், 'எப்படியோ' அவள் இறந்து போனாள் என்பதுகூட ஒருவகையான சந்தோஷமே.

பிறகு ஒரு நாள், தோழி ஒருத்தியைப் பார்க்கச் சென்றவள், அவளுடைய உறவுக்காரப் பையன் ஒருவனைச் சந்தித்தேன். எனக்கு மிகவும் பிடித்தவனாகயிருந்தான். ஒருவார காலம், எல்லாக் காதலுக்கும் தொடக்கத்தில் நடப்பதைப்போல, அந்தப் பையனோடு அடிக்கடி எதைப் பற்றியும் கவலைப்படாமல் ஊர் சுற்றினேன். தனிமையை விரும்பாத அப்பாவுக்கும் போது மான எதிர்பார்ப்புகளைக் கொண்ட இளம் பெண்ணொருத்தி கிடைத்திருந்தாள். பழைய வாழ்க்கைக்கு மீண்டும் திரும்பினோம். எங்களது எதிர்பார்ப்புப்படி வாழ்க்கை அமைந்திருக்கிறது. நேரம் கிடைக்கிறபோது அப்பாவும் நானுமாய் வெற்றிகளைப் பறிமாறிக்கொள்கிறோம். என் தகப்பனாருக்கு, எனது புதிய காதலன் பிலிப் உடனான எனது உறவில் சந்தேகமிருக்கிறது. நல்ல அபிப்ராயமில்லை. அவ்வாறே எனக்கும் அப்பா தனது புதிய காதலிக்காக நிறைய செலவு பண்ண வேண்டிவருமென்கிற நினைப்பு. எதுவானால் என்ன? நாங்கள் மகிழ்ச்சியாய் இருக் கிறோமென்பது முக்கியம். குளிர்காலம் முடிவுக்கு வந்திருக்கிறது. இம்முறை கோடை விடுமுறைக்கு முன்பு வாடகைக்கு எடுத் திருந்த 'வில்லா'வையே மீண்டும் எடுக்கும் எண்ணம் இருவருக் கும் இல்லை. வேறொன்றை மூவான் லெ பேன் பக்கம் எடுக்கலா மென்றிருக்கிறோம்.

கட்டிலில் படுத்திருக்கிற அதிகாலை நேரங்களில், பாரீஸ் நகர வாகனங்கள் எழுப்புகிற சத்தத்தைக் கேட்கிறபோது, பழைய நினைவுகள் துன்புறுத்துகின்றன – கடந்தகாலக் கோடையும், அதனை ஒட்டிய நினைவுகளுமாக. அறையெங்கும் இருள். சன்னமான குரலில், ஆன்னி, ஆன்னி என்று திரும்பத் திரும்ப வெகுநேரம் சொல்லிக்கொண்டிருக்கிறேன். ஏதோ வொன்று என்னுள் மெல்ல விடுபடுகிறது. விழிகள் இரண்டையும் மூடியபடி அதன் பெயரைச் சொல்லி அழைக்கிறேன்:

"வணக்கம் துயரமே!"

❖

பிரான்சுவாஸ் சகன் *(Francoise Sagan)*

நாகரத்தினம் கிருஷ்ணா

அவள், திடம் கொண்டு போராடியவள். பிரான்சுவாஸ் சகன் (*Francoise Sagan*) அவளது பெயர். முதுமைக்குரிய பக்குவமும் இணக்கமும் என்னவென்று அறியாமலேயே தனது 69வது வயதில் இறந்துபோன பெண் எழுத்தாளர். சமகால பிரெஞ்சு எழுத்தாளர்களில் மிகப்பரவலாக உலக நாடுகளால் அறியப்பட்டவர் என்பதால் அவருக்கெதிராக விமர்சனங்களும் அதிகம். எழுத்தாளரென்றால் எழுத்தை மட்டுமே சுவாசித்துக்கொண்டு, எல்லாவற்றிலும் தரித்திரமாய் இருக்கவேண்டுமென்கிற படைப்பாளி பிம்பத்தை மாற்றிய பெண்மணி. 1971ஆம் ஆண்டு, அரசாங்கத்தின் அனுமதி யின்றிக் கருக்கலைப்புச் செய்துகொண்டதாக அறிவித்த 343 பெண்மணிகளுள் இவரும் ஒருவர். பெண்கள், தங்கள் உடல்குறித்தான முடிவுகளை எடுக்க மற்றவர்களின் அனுமதி அவசியமற்றதென வலியுறுத்தியதன் மூலம், படைப்பாளி வேறு, சமூகம் வேறு அல்ல என்பதை உணர்த்தியவர். அவரது எழுத்திற்கு பிரெஞ்சுப் படைப்புலகம் பெரிதாக அங்கீகாரம் எதனையும் வழங்கிடவில்லை என்றாலும், சமகால பிரெஞ்சு எழுத்தாளர்களில் அவரைப்போல வாசகர் களால் அங்கீகரிக்கப்பட்டவர்கள் எவருமிலர்.

தீவிரப் பெண் எழுத்தாளர் எனில் சில தகுதிகள் வேண்டாமோ? இருந்தது. மொடாக் குடியர். தன்னைத் திடப்படுத்திக்கொள்ள அவருக்கு மது தேவைப்பட்டது. நேர்காணலுக்கு முன்பாக தன்னைத் தயார்படுத்திக்கொள்ள விஸ்கி குடித்தாக வேண்டும். போதை மருந்துக்கு அடிமையா? ஆமாம், விடுதலை பெற விருப்பமில்லாத அடிமை. கார் விபத்தொன்றில் ஆறு மாதத்திற்கு மேல் மருத்துவமனையில் நினைவு தப்பியும், நினைவோடும் வலிகளுடன் போராடிய

போது, போதை மருந்துக்கு அறிமுகம். அவரது நிரந்தர முகவரி யென்று சூதாட்ட விடுதியையும் இரவு விடுதியையும்தான் குறிப் பிட்டாகவேண்டும். பந்தயக் கார்களில் மோகம் கொண்டவர் என்பதால், வேகம், விபத்து , கோமாவென மரணத்தோடு நெருங்கி வாழ்ந்தவர். போதை மருந்து உபயோகித்ததற்காகவும், வரி ஏய்ப்புக் குற்றங்களுக்காகவும் நீதிமன்றங்களால் தண்டிக்கப்பட்டவர். பிரான்சை உலுக்கிய எல்ஃப் (*Elfe*) பெட்ரோலிய கம்பெனி ஊழலில், பிரான்சின் முன்னாள் அதிபர் பிரான்சுவா மித்தரானுக்காக (*Francoise Mitterrand*) இடைத்தரகராகச் செயல்பட்டவரெனக் குற்றச்சாட்டும் உண்டு. இவரை விமர்சிக்கிற அல்லது இவருக்குப் பிடிக்காத மனிதர்கள் மீது, தயக்கமின்றி உபயோகிப்பது 'வாயை மூடு!' என்கின்ற கடுமையான வார்த்தைப் பிரயோகம். இப்படி வரிசையாக அவரது எதிராளிகளை மகிழ்விக்கின்ற வகையில் பாதகமானக் குணங்களை அடுக்கிக்கொண்டே போகலாம். ஆனால் இந்த பெண் எழுத்தாளரின் படைப்புச் சாதனைகளை ஒப்பிடும்போது, அவை நிலவின் மீதான களங்கமே.

1935ஆம் ஆண்டு ஜூன் மாதம் 21ஆம் தேதி பிறந்த இவரது இயற்பெயர் பிரான்சுவாஸ் குவாரெஸ் (*Francoise Quoirez*). எழுத்தாளர் மர்செல் ப்ரூஸ்ட் (*Marcel Proust*) இடமிருந்து 'சகன்' (*Sagane*) என்கின்ற புனைபெயரை இரவல் பெற்றுக்கொண்டாள். பத்து வயதுச் சிறுமியாக இருந்தபோதே நாடகங்களும் கவிதைகளும் எழுத ஆரம்பித்தாள். கல்வியில் பிரகாசிக்கத் தவறியபோதும் சார்த்ரு (*Jean - Paul Satre*), கமூய் (*Albert Camus*) படைப்புகளை, தனது பதின்மூன்றாவது வயதில் ஆர்வமாக வாசித்த வித்தியாச மான சிறுமி. பதினாறாவது வயதில் கிறித்துவ மதஞானத்தில் ஆர்வம் காட்டவில்லையென்று பள்ளி நிர்வாகிகளால் வெளியேற்றப் பட்டவள். சொர்போன் பல்கலைக்கழகத்தில் படித்த காலத்தும் தேர்வுகளை அலட்சியம் செய்துவிட்டு ஜாஸ் கிளப்புகளில் வலம் வந்திருக்கிறாள். இப்படித்தான் ஒருநாள் கவிஞர் ரெம்போ (*Arthur Rimbaud*)வின் *Illuminations* என்கின்ற கவிதையில் மனத்தைப் பறிகொடுத்த ஒரு சில கிழமைகளில், 'வணக்கம் துயரமே!' (*Hello Sadness*) என்கின்ற சிறிய நூலை எழுதப்போக பிரெஞ்சுப் படைப்புலகில் புயல் வீசத்தொடங்கியது. (தலைப்புகூட ஒரு கவிதையிலிருந்து இரவல் பெற்றதுதான்.) இந்நாவலில் 17 வயது இளம்பெண் ஒருத்தியின் உடல், மன, பாலுணர்வு உளைச்சல்கள், நாவல் வெளிவந்த காலத்துச் சமூக நெறிகளை அலட்சியப்படுத்தி சொல்லப்பட்டிருக்க, கடும் எதிர்ப்பு எழுந்தது. ஆனால் ஆராதித்த வர்கள் நாவலை, 'அசலான, நிஜப் படைப்பு', 'இயல்பான எழுத்து', 'புதினமொத்த கவிதை' எனப் பாராட்டினார்கள். 1954இல் முதற்பதிப்பாக வெளிவந்த 3000 புத்தகங்களும் ஒரு சில நாட்களில் விற்றுத் தீர்ந்துவிட்டன. ஓராண்டிற்குப் பிறகு அதன் விற்பனை

எட்டரை லட்சத்தை எட்டியது. பணம் கூரையைப் பிய்த்துக் கொண்டு கொட்டியது. வரவேற்பறையில் சில்லறைகளை இவர் கொட்டிவைத்திருக்க, வருவோர் போவோரெல்லாம் வேண்டிய அளவிற்கு அள்ளிச் சென்றார்கள். இன்றைய தேதியில், ‘வணக்கம் துயரமே!’ நூல் மாத்திரம் இரண்டு மில்லியன் பிரதிகள் விற்றுள்ள தாகச் சொல்லப்படுகிறது. இந்நூல் விமர்சகர்களின் பரிசை வென்றதோடு, இலக்கிய விமர்சகர் மொரியாக் (*Mauriac*) என்பவரிட மிருந்து ‘அழகான இளம் ராட்சசி’ என்ற செல்லப்பெயரையும் பிரான்சுவாஸ் சகனுக்கு ஈட்டித் தந்தது. ‘பதினெட்டு வயதில் *188* பக்கங்களால் நான் அடைந்த புகழ், ஒரு வாண வேடிக்கை’ என்பதாக ஒரு நேர்காணலில் சகன் கூறியிருக்கிறார்.

பதினெட்டு வயதுடைய ஒரு பெண் இப்படி உச்சாணிக் கொம்பில் உட்கார்ந்துகொண்டால் ஜாம்பவான்கள் சும்மாயிருப் பார்களா? ஏதோ தேர்வுத்தாளைத் திருத்துவது போன்று அவரது படைப்புகளில் ஆங்காங்கே அது சொத்தை இது சொத்தை என மேதாவித்தனத்துடன் புலம்பினாலும், இவரது படைப் பாற்றலுக்குத் தடைபோட முடியவில்லை. நிறைய எழுதினார். இவரது கணக்கில் இருபது புதினங்கள், பன்னிரண்டு மேடை நாடகங்கள், அதே எண்ணிக்கையில் திரைப் படங்கள், கட்டுரை கள், கவிதைகள் இருக்கின்றன. பிரான்சில் மாத்திரம் முப்பது மில்லியன் புத்தகங்கள் விற்றுள்ளதாகச் சொல்லப்படுகிறது.

இவரது படைப்புகளில் முக்கியத்துவம் பெற்றவை *A Certain Smile, Those Without Shadows, The Heart - Keeper, Sunlight on Cold Water, Scars on the Soul, The Unmade Bed, The Painted Lady, The Still Storm, Painting in Blood, Silken Eyes, Incidental Music* ஆகியவற்றைக் குறிப்பிடலாம். உலகில் பதினைந்து மொழிகளில் இவரது படைப்புகள் மொழிபெயர்க்கபட்டுள்ளன. இப்போது தமிழில்.

திரையுலகை மிகவும் நேசித்தார் சகன். இவரது முக்கிய நாவல்கள் அனைத்தும் திரைவடிவில், மிகப்பெரிய வெற்றியைப் பெற்றன. புதினங்களில் வலம் வந்த நாயகிகள் திரையில் நேர்த்தி யான பெண் பாத்திரங்களாக உயிர்பெற்றனர்.

வெற்றிகரமான எழுத்தாளராக வலம் வந்தபோதிலும் இவர் திரும்பத் திரும்ப ‘ஸ்திரமற்ற, மேல்தட்டு மக்களின் இணக்கமற்ற உறவு போன்றக் கதைகளைத் தன் நாவலில் கையாளுவதாகக் குற்றச்சாட்டு எழுந்தது. தவிர, அறுபதுகளில் ஆதிக்கம் செலுத்திய பின்நவீனத்துவம் இவரது படைப்புகளை ஒன்றுமில்லாமல் செய்துவிடும் என்றும் விமர்சனம் வைக்கப்பட்டது. அதற்கு இவரது பதில்: ‘கதை சொல்லுவதற்கு முன்பாக, மனிதர்களை முழுவதுமாகப் படிப்பதற்கே எனக்கு நேரம் போதவில்லை

என்பதால் புதிய உத்திகளிலோ, புதிய முறைகளிலோ கதை சொல்வதில் எனக்கு நம்பிக்கை இல்லை. இது ஏறக்குறைய, ஒரு மரம் வெட்டுபவனுக்குள்ள பிரச்சினை. கிடைத்த நேரத்தில், மிகப்பெரிய மரத்தை வெட்ட விரும்புபவன், தனது கோடரி எத்தகையது என்று ஆராய்ந்து கொண்டிருக்க மாட்டான்.'

பாராட்டுப் பத்திரங்களையோ, இலக்கிய உலகையோ நினைத்து எழுதப்பட்டதல்ல இவரது எழுத்து. அவருக்காகவே எழுதப்பட்டது. அதனால்தான் மாபெரும் எழுத்தாளர் என்கின்ற கிரீடமேதுமில்லாமலே, எண்ணற்ற வாசகர்களின் மனதில் எளிதாகக் கோலோச்ச முடிந்தது.

சில ஆண்டுகளாகவே, அடுத்தடுத்து எலும்பு முறிவுக்காக அறுவைச் சிகிச்சை செய்துகொண்டு, கட்டிலைவிட்டு எழமுடியாத நிலை. கோடிகோடியாக சம்பாதித்ததை அதே வேகத்திலேயே செலவுசெய்ததன் பலன் 2004 செப்டம்பர் 24ஆம் தேதி இறந்த போது கையிருப்பென்று சொல்லிக்கொள்ள ஏதுமில்லை.

'இவ்வுலகம் எல்லாவற்றையும் போலவே கற்பனையாலானது, சொல்லப்போனால் மற்றவையோடு ஒப்பிடும்போது மாற்றுக் குறைந்தது' என்கின்ற பிரான்சுவாஸின் கருத்துக்கு மாற்றுக் கருத்தில்லை என்கிறார், எழுத்தாளரும் அரசியல் வல்லுனருமான ழாக் அத்தாலி (Jacques Attali).

பிரான்சு நாட்டின் 'Express' இதழுக்கு 2003 மார்ச் 21இல் பிரான்சுவா சகன் பத்திரிகையாளர் அலென் லூயோ (Alen Louyot)வுக்கு அளித்திருந்த நேர்காணல்:

2003ஆம் ஆண்டு, வசந்தகாலத்தில் முதல்நாள், நொர்மாந்தி பிரதேசத்தில் எனது காரை ஓர் ஓரமாய் நிறுத்தியபொழுது வெளியே நல்ல மழை. 'பத்திரிகையாளராக இருந்துகொண்டு கிடைத்த சந்தர்ப்பதைக் கோட்டைவிடுவது, தொழிலுக்கு நான் இழைக்கும் அநீதி' என நினைத்துக்கொண்டேன். இருவரு மாக இணங்கி ஏற்பாடு செய்திருந்த நேர்காணலை, கடைசிச் சமயத்தில் ரத்து செய்வதாக பிரான்சுவா சகன் பயமுறுத்தி யிருந்தார். எங்கள் இதழின் பொன்விழா ஆண்டையொட்டிச் சிறப்பிதழொன்று வெளியிடத் தீர்மானித்திருந்தோம். இச்சிறப் பிதழின் பொறுப்பாளரும் நண்பருமான பத்திரிகையாளர் ஈவ் ஸ்டாவ்ரிதே (Yves Stavride) 'அழகான இளம் ராட்சசி' பிரான்சுவா சகனோடு இதற்கென ஒரு நேர்காணலை ஏற்பாடு செய்திருந்தார். அறுபதுகளில், தனது இளம் வயதில் உச்சத்திலிருந்த இவ்வெழுத் தாளரைக் கியூபாவில் முதன்முதலில் எங்கள் இதழுக்குப் பேட்டி கண்டு ஐம்பது ஆண்டுகள் ஆகியிருந்தன. சொல்லப்போனால், அந்த நேர்காணலின் முடிவில் நாங்கள் வெளியிட்டிருந்த கட்டுரையை

வாசித்துவிட்டே, விமர்சகர் மொரியாக் (*Mauriac*) 'அழகான இளம் ராட்சசி' என்று செல்லப்பெயரிட்டு இவரை அழைத்திருந்தார். சகனுடன் நேர்காணலுக்காக பகீரதப் பிரயத்தனம் செய்யவேண்டி யிருந்தது. இறுதியில் தனது வழக்கறிஞர் மூலம் மார்ச் 21, 2003 அன்று, தனது சொந்த ஊரான ஓன்ஃபிளேர் (*Honfleur*)க்கு வரச்சொல்லியிருந்தார். நானும் அவ்வாறே சென்று தொடர்பு கொண்டபோதுதான், மேற்கண்ட சிக்கல். தொலைபேசியில், அவர் மிகவும் பலவீனமாக இருப்பதாகவும், முடியுமானால் வேறொரு நாளில் நேர்காணலை வைத்துக்கொள்ளலாம் என்றும் சொல்லிக்கொண்டுபோக, எனக்குப் பெருத்த ஏமாற்றம். சந்திக்காமல் போவதில்லையெனத் தீர்மானித்தேன். அவரது பண்ணை வீடு போன் – எவேக் சாலையில் இருந்தது. வீட்டின் கதவருகே நின்று கொண்டு, சகனை அழைத்தேன். சதாம் உசேனுக்கு எதிராக ஈராக் மீது விரைவில் அமெரிக்கா நடத்தவிருக்கும் போர்ச் செய்தியைச் சேகரிக்க வேண்டியுள்ளது, இன்றைக்கு எப்படியாவது உங்களைப் பார்த்தாகவேண்டும், தவறினால் எனக்கு மறுபடியும் சந்தர்ப்பம் வாய்க்குமாவென்று தெரியவில்லை என்ற துருப்புச் சீட்டை இறக்கினதும்தான் தாமதம், 'ஈராக் யுத்தத்தைவிட, நான் உனக்கு முக்கியமாகப் போய்விட்டேனா? கொஞ்சம் இரு' என சொல்லிக்கொண்டே கதவைத்திறக்க, சக்கர நாற்காலியில், அதிக நீளமில்லாத தலைமுடியுடன் பொன்னிறத்தில் குள்ளமாய் ஒரு பெண்மணி. அந்தக் குறுகுறுப் பார்வையை பல ஆண்டுகளுக்கு முன் பிரான்சைக் கலவரப்படுத்திய அவரது முதற் புத்தகத் திலிருந்த புகைப்படத்தில் ஏற்கனவே நான் கண்டிருக்கிறேன். சகன் என்னைப் பார்த்து மெல்லப் புன்னகைத்தார். நல்லவேளை அவரைச் சந்திக்கவேண்டுமென்கிற அதிர்ஷ்டம் என்பக்கம் இருந் திருக்கிறது. 'பப்பராசிகளால், உண்மையான பத்திரிகையாளர் களையும் சந்தேகிக்க வேண்டியிருக்கின்றது' என்று என்னைத் தவிர்த்ததற்கான காரணத்தை விளக்கினார். எங்கள் 'எக்ஸ்பிரஸ்' இதழுக்குக் கொடுத்த முதல் நேர்காணலை நினைவுக்குக் கொண்டு வந்தார். 'எனக்கு அப்போது இருபத்தைந்து வயது, கியூபாவில் இருந்தேன். அவ்வயதுக்கேயுரிய சிறுபிள்ளைத்தனம் நிறைய. என் நினைப்பெல்லாம் ஆட்டம் பாட்டம், உல்லாசமென்றிருந்த காலம்' என அவர் கூறியபோதிலும், அவ்விளம் வயதில் மேற் கத்தியத் தீவிலிருந்தபோது, காஸ்ட்ரிஸ்ட்கள் (*Fidel Castro - castristes*) எவ்வாறு திசைமாறிச் செல்வார்கள் என்று அவர் கணித்திருந்ததை நினைத்துப் பார்த்தேன். நாற்பது ஆண்டுகளுக்குப் பிறகு அதிகம் அலட்டிக்கொள்ளாமல், சந்தோஷமும் வேடிக்கை யுமாக அவர் அளித்த நேர்காணலிலிருந்து சிலபகுதிகள்:

வெற்றிபெற்ற வாழ்க்கையைக் குறித்து உங்கள் அபிப்பிராய மென்ன?

என்னைப் பொறுத்தவரையில் வாழ்க்கையில் ஜெயித்திருக்கிறேன் என்று சொல்லமாட்டேன். ஆனால் எனக்கு மகிழ்ச்சியளிப்பதைச் செய்வதில் நான் வெற்றி பெற்றிருக்கிறேன். அதாவது எழுதிக்கொண்டு வாழ்வதில். மார்சல் புரூஸ்டின் 'இழந்த நேரத்தைத் தேடி' தரத்திற்கு நாவலெழுதுவதில் நான் வெற்றிபெறவில்லை என்பது உண்மைதான். ஆனால் எனது புனைபெயரை அவரிடமிருந்து திருடுவதில் ஜெயித்திருக்கிறேன்.

இருந்தபோதிலும், ப்ரூஸ்டைப் போல அல்லாமல், வாழும் காலத்திலேயே ஒருவித இலக்கியப் புகழை அடைந்திருக்கிறீர்களே நீங்கள்?

உண்மைதான், அவர் காலத்தில் இல்லாத தொலைக்காட்சியின் தயவால், சமகால எழுத்தாளர்களில் நான் அதிகமாக அறியபட்டிருக்கிறேன். அவருக்கு அது வாய்க்கவில்லை. பிறகு புகழ் என்று குறிப்பிட்டீர்கள், எனக்கு அது முக்கியமல்ல. மற்றவர்களின் நம்பகத் தன்மைக்குரிய படைப்பாளியாக இருந்திருக்கிறேன் என்பதே எனக்கு முக்கியம். ஆக தொலைக்காட்சி இலக்கிய நிகழ்ச்சிகளில் எப்போதும்போல என் மனதிலிருப்பதை வெளிப்படையாகச் சொல்ல, அதிர்ஷ்டவசமாக ஆனால் மிகவும் அரிதாகவே அதனை நிகழ்ச்சியில் அனுமதிக்கிறார்கள். மக்களும் அதனை நம்புகின்றார்கள். அந்த நேரத்தில் அளவிட முடியாத மகிழ்ச்சியும் கிடைக்கிறது.

தொலைக்காட்சி ஊடகத்தைத் தவிர்க்க விரும்புகிறீர்களா?

நம்மைப் பலவீனப்படுத்தும் ஒன்றாக இன்றைக்குத் தொலைக்காட்சி ஊடகம் மாறிவிட்டது. ஆரம்பகாலத்தில் தொலைக்காட்சியில் பங்கெடுக்கின்றபோது, நிகழ்ச்சி எப்போது முடியும எனபது மாதிரியான எரிச்சல் ஏற்படுவதுண்டு. இப்போது அதன் தந்திரங்களை அறிவேன். அவர்களின் விளையாட்டைப் புரிந்துகொண்டு நானும் விளையாடுகிறேன். தொலைக்காட்சி ஊடகங்கள் மட்டும் இப்படித்தான் இருக்கவேண்டுமென எழுத்தாளர்களுக்கான வழிமுறைகளையும் பிம்பத்தையும் தீர்மானிக்கவில்லையென்றால், எனக்குத் தெரிந்து ஏராளமான எழுத்தாளர்கள், மிகச் சிறந்த எழுத்தாளர்களாகப் பரிமளித்திருப்பார்கள்.

இருபது வயதில், திடீரென்று புகழின் உச்சிக்குச் செல்வது இடைஞ்சல் இல்லையா?

அதிர்ஷ்டவசமாக எதனையும் விளையாட்டாக எடுத்துக் கொள்ளவேண்டும் என்கின்ற நியதியிருந்த குடும்பத்தில் நான் பிறந்து வளர்ந்தேன். அதனால் தற்பெருமைகளுக்கு வாய்ப்பில்லை, என்னைச்சுற்றி துதிபாடிகளும் வீட்டில் இல்லை. தவிர, புகழினை இளம்வயதிலேயே அடைவது நல்லதென்று நான் நினைக்கிறேன். நீங்கள் கவனித்திருப்பீர்களா என்று எனக்குத் தெரியவில்லை,

காலம் கடந்து புகழை அடைந்தவர்கள், உதாரணமாக மர்கெரித் துயூரா (*Marguerite Duras*) போன்றவர்களுக்கு, கடைசியில் தலையைப் பிய்த்துக்கொள்ளவேண்டிய நிலைமை ஏற்பட்டிருக்கிறது. அவரை மூன்றாவது நபராகச் சித்திரித்து அவரைப் பற்றி அவரே பேசவேண்டியிருந்தது. அப்படிப் பேசி, மற்றவர்களிடம் கொண்டு செல்ல அவரது அதிகபட்சத் திறன்களும் தேவைப்பட்டன . . . எனக்கு எப்போதும் இயல்பான எளிமையான மனிதர்களையே பிடிக்கும் என்பதனை நீங்கள் அறிவீர்கள் அல்லவா?

ஆக, உங்கள் நாவலில் வருவது போன்ற போலி மனிதர்களையும், அறிவுஜீவிகளைப்போல நாடகமாடுபவர்களையும் பிடிக்காதென்று சொல்லுங்கள்!

அப்படி அல்ல. விளைவுகளைப் பொருட்படுத்தாத, விளைவுகளால் பாதிக்கப்படாத மனிதர்களை நேசிக்கிறேன் என்கிற பொருளில் சொல்லவந்தேன். நீங்கள் நினைப்பது போன்று போலிகளையும் உதவாக்கரைகளையும் குறித்து நான் பேசவில்லை.

அதிர்ஷ்டம் என்பதென்ன, எளிதில் வாய்க்கக்கூடியதா?

எல்லாமே சரியாக அமைந்தால்தான் வாழ்க்கையில் மகிழ்ச்சி என்று நீங்கள் நினைக்காதார் என்றால், ஆமாம். என்னைப் பொறுத்தவரையில், நோயற்ற வாழ்வு நமக்கு அமையுமானால் அதிர்ஷ்டம் என்பேன். நான்சொல்வது ஏதோ முட்டாள்தனமாகத் தோன்றும், ஆனால் அதுதான் உண்மை. பிறகு, வாழ்வுடன், அதாவது அவரவருக்கு அமைந்த வாழ்வுடன், ஒத்துப்போவதும் எனக்கு முக்கியம்.

எதையும் செய்யாமல் புலம்புவதைவிட எதையாவது செய்துவிட்டு வருந்துவது மேலானதெனச் சொல்லப்படுகிறது. உங்கள் அபிப்ராயம்?

எனக்குப் புலம்பல்களும் இல்லை, அவ்வாறே வருத்தங்களும் இல்லை. எனக்கு வாழ்க்கையில் பேரதிர்ஷ்டம் வாய்த்திருக்க வேண்டும். என்னிடம் எழுதுவதற்கான ஆசையும், அதற்கான திறனும் இருக்கின்றன. நான் கொஞ்சம் சோம்பேறியாக இருந்தாலும் எழுதுகின்றபோது, தங்கு தடையின்றி எழுதுகிறேன். ஒரு முறை இங்கே லிமூசனியில் (*Limousin*) நடப்பதாக ஒரு காதல் புதினத்தை நேபாளப் பயணத்தின் போது எழுதினேன். தொலைதூர நேபாளத்திலிருந்துகொண்டு நம்முடைய ஆடுகளைப் பற்றி எழுதுவதற்கோ, பசுமைபோர்த்திய மலைகளைக் குறித்து எழுதுவதற்கோ எனது பயணம் தடையாக இல்லை. என் மனதில் நான் நினைத்துக்கொண்டிருக்கிற கருப்பொருள் வலம் வர ஆரம்பித்துவிட்டால், தொடர்ந்து பன்னிரண்டு மணிநேரம்கூட என்னால் எழுத முடியும். எழுதாமலிருக்கும்போது, வாட்டத்துடன் இருக்கிறேன், யாருமற்ற அநாதையாய் உணர்கிறேன். நல்ல

மனோநிலையில், மகிழ்ச்சியாய் இருக்கும்போது மட்டுமே என்னால் எழுதமுடிகிறது.

'வணக்கம் துயரமே!' அந்தக் காலத்தில் மிகவும் அதிர்ச்சி ஏற்படுத்திய படைப்பு இல்லையா?

உண்மையில், அந்த நாவலுக்கு எதிராக எழுந்த அவதூறு களைக் கண்டு ஆச்சரியப்பட்டேன். அக்காலத்தில், பெரும்பாலான வர்களுக்கு ஓர் இளம் பெண் மணம் செய்துகொள்ளாமலும், கர்ப்பமாக்கிக் கொள்ளாமலும் ஓர் ஆணிடம் படுப்பதென்பது ஆபாசம், தப்பு. அந்த நாவலில் பிரச்சினைக்குரிய விடயமாக நான் கருதுவது, அந்தப் பாத்திரம், தன்னைக்குறித்த பிரக்ஞை யின்றி, சுயநலத்துடன் ஒருவரை அழைத்துவந்து கொல்லமுடியும் என்பதாகும். பெரும்பாலான வாசகர்கள் எனது எண்ணத்திலிருந்து மாறுபட்டிருந்தார்கள். அவர்களுக்கு, ஒரு பெண் ஆணிடம் படுத்தாலே, கர்ப்பம் தரித்திருக்கவேண்டுமென்கிற அக்காலத்திய விதி எனது நாவலில் மீறப்பட்டிருப்பதைக் குறித்து அதிர்ச்சி. இதை மூடத்தனமென்றுதான் சொல்லவேண்டும். நான் பள்ளியில் படித்த காலத்தில், ஒரு பெண் தான் கர்ப்பமென்று தெரியவந்த போது தற்கொலை செய்துகொண்டாள். இன்னொரு பெண்ணோ தான் கர்ப்பம் தரிக்கக் காரணமாயிருந்த ஓர் அயோக்கியனை மணந்து வாழ்க்கை முழுவதும் துன்பப்பட்டாள்.

கருக்கலைப்பு உரிமைக்காகப் போராடியபொழுது, பெண்ணுரிமை ஆதரவாளர்களின் 'எங்கள் வயிறு எங்களுக்குச் சொந்தம்' என்கின்ற முழக்கத்திற்கு எதிராக நீங்கள் இயங்கியதன் காரணமென்ன?

ஏனென்றால் என் வயிறு எனக்குச் சொந்தமில்லையே. அவ்வயிறு நான் நேசிக்கின்ற ஆணுக்குச் சொந்தம், அந்நேசத்திற்கு நான் சொந்தம்.

உங்கள் வாழ்க்கையில் அதிகம் பாதித்த ஒரு மனிதரைச் சொல்லுங்களேன்.

நிறையபேர்கள் உண்டு. உதாரணமாக சார்த்ருவைச் சொல்லலாம். எழுத்தாளர் என்பதற்காகவே அவரை மிகவும் நேசித்தேன். அவரது 'சொற்கள்' அதி அற்புதமான படைப்பு. அவ்வாறே அவரும் ஓர் அற்புதமான மனிதர். அபூர்வமானவரும் கூட. அவருக்குப் பார்வை போயிருந்த சமயத்தில், காலை உணவிற்கோ டின்னருக்கோ அவரைத் தேடிக்கொண்டு வீட்டிற்குச் சென்றுவிடுவேன். சிமோன் தெ பொவார் *(Simon de Bauvoir)* எந்த நேரமும் அவர் பக்கத்திலேயே இருந்த நேரம். அவரிடமிருந்து சத்தம்போடாமல், நானும் சார்த்ரும் நழுவிவிடுவோம். சில நேரங்ககளில், ஏதோ ஹிட்ச்ஹாக்கின் 'சைக்கோ' விலிருந்து நேராக எங்களைத் தேடி வருபவரைப்போல சிமோன் தலையை

விரித்துக்கொண்டு வந்திருப்பார். என்னைப் பயமுறுத்துவார். சார்த்ருக்குப் பார்க்க இயலாதென்றாலும், நான் விளக்கிச் சொல்லச் சத்தம்போட்டுச் சிரிப்பார். உண்மையில் வேடிக்கையான தருணங்கள் அவை.

இவ்வுலகில் உங்கள் விருப்பம்போல இருந்தீர்களென்று சொல்ல முடியுமா?

நிச்சயமாகச் சொல்லலாம். நிறைய இருந்திருக்கிறேன். பிறகு என்னை மிகவும் சந்தோஷப்படுத்திய தருணங்களும் உண்டு. குறிப்பாக ஏழு அல்லது எட்டு சந்தர்ப்பங்களில் இவ்வுலகில் ஏன் பிறந்தேன், என்ன செய்தேன் என்பதை உணர்ந்திருக்கிறேன். பெரும்பாலும் மகிழ்ச்சியாக இருந்தேன் என்பதும் உண்மை. ஆனால் சற்றுமுன் குறிப்பிட்டது மாதிரியான தருணங்களில் எனக்கும் இந்த மண்ணிற்கும் பரஸ்பரப் புரிந்துணர்வு இருந்திருக்கிறது. இவ்வெண்ணம் அதிக நேரம் நீடித்ததில்லை, ஏறக்குறைய கால் மணிநேரம் நீடித்திருக்கலாம். இவ்வற்புதமான தருணங்கள் எனக்கு நேர்ந்திருக்கின்றன என்பதில் மாற்றமில்லை. எப்போது நேர்ந்தது என்பதில்தான் குழப்பமிருக்கிறது. இவ்வனுபவம் என்னுடைய 20 வயது, 40 வயது, மற்றும் 53 வயதில் ஏற்பட்டிருக்கிறது. அப்போதெல்லாம் ஒரு மரத்தின் கீழ் நிற்பதைப்போன்ற பிரமை . . .

வணக்கம் துயரமே!

விடைகொடு துயரமே!
வணக்கம் துயரமே!
வரம்புகள் நின் இருப்பிடம்
தரித்திர மக்களின்
புன்னகை என்பதால் – எனது
பிரியத்துகந்த விழிகளின்
பேசும்மொழி!

வணக்கம் துயரமே!
இனிய உடல்களின்
சங்கமம்
காதலின் வலிமை
அரூப உடலும்
குனிந்த தலையுமாய்
வேதனை அழகு
காட்டும் முகமாய்
உயர்த்திடும்
கருணை விலங்கு.

❖

குறிப்புகள்

எல்ஃப்	–	Elfe
பிரான்சுவா மித்தரான்	–	Francois Mitterrand
பிரான்சுவாஸ் குவாரெஸ்	–	Francvoise Quoirez
சகன்	–	Sagane
மர்செஸ் ப்ரூஸ்ட்	–	Marcel Proust
சார்த்ரு	–	JeanPaul Sartre
கமூஸ்	–	Albert Camus
ரெம்போ	–	Aarthur Rimbaud
வணக்கம் துயரமே	–	Bonjour Tristesse (Hallo Sadness)
மொரியாயக்	–	Mauriac
ஆன்னி	–	Anne
ழாக் அத்தாலி	–	Jacques Attali
அலென் லூயோ	–	Alen Louyot
ஈவ் ஸ்டாவ்ரிதே	–	Yves Stavride
மொரியாக்	–	Mauriac
ஓன்ஃபிளேர்	–	Honflleur
லிமூசனி	–	Limousin
டான் ஜுவான் (டான் ழுவான்)	–	Don Juan
சிரில்	–	Cyril
ஆன்னி லார்சன்	–	Anne Larsen

ப்ரேழுய்	–	Frejus
எல்சா மக்கென்பூர்	–	Elsa Mackenbourg
ரெமோன்	–	Raymond
லொம்பார்து	–	Lombard
கான்	–	Cannes
எப்பினால் சித்திரக்கலை	–	Image d'Epinal
பெர்க்சன்	–	Henri Bergson (1859-1941) பிரெஞ்சுத் தத்துவஞானி, 1927ஆம் ஆண்டு நோபெல் பரிசுபெற்றவர்.
சென் த்ரொப்பேஸ்	–	Saint Tropez
மோன் பெத்தி சிரில்	–	Mon petit Cyril (My little Cyril)
மிஸியே	–	Monsieur (Sir)
கான்	–	Cannes
பி பாப்	–	Be-pop (ஒருவகை Jass நடனம்)
கன்வெர்டிபிள் கார்	–	Convertible Car (மேலே திறந்து மூடும் வசதிகொண்ட கார்)
கசாந்துரு	–	Cassandre (கிரேக்க இதிகாசப்படி நடக்கவிருப்பதை துல்லியமாகக் கூறும் ட்ராய் மன்னன் பிரியாம் என்பவனின் மகள்)
பெர்க்சன்	–	Bergson
ழுவான்	–	Juan
பஸ்கால்	–	Pascall
வெண்பனி	–	Snow White and the SevenDwarfs கதையின் நாயகி
சேன் ரபாயேல்	–	Saint Raphael
சொலெய் பார்	–	Le bar duSoleil
ஷார்ல் வெப்	–	Charles Webb
மக்கரோ	–	Maquereaux (அயளை மீன். பிரெஞ்சு மொழியில் வேசித் தொழில் செய்யும் பெண்ணையும் இச்சொல் குறிக்கும்)

ஸொரெல் – Saurel

துப்புய் – Dupuis

நீஸ் – Nice

எஸ்தெர் – Esterl (ஒரு நகரம்)

ழுவான்-லெ-பேன் – Juan-less-Pins

Les Champs - Elysees – பாரீஸ் நகரத்தின் மத்தியில் அமைந்துள்ள புகழ்பெற்ற கவர்ச்சிகரமான சாலை. திரை அரங்குகள், காபி பார்கள், உலகில் மிகப் பிரசித்தி பெற்ற ஆடம்பரப்பொருள்களுக்கான பிரத்தியேகக் கடைகள் நிறைந்த இடம். பாரீஸ் நகரை அடையாளப்படுத்தக்கூடிய இடங்களில் ஒன்று

Don Juan – *Tirso de molina* என்ற ஸ்பானிய நாடக ஆசிரியரால் பதினேழாம் நூற்றாண்டில் *The Playboy of Séville and Guest of Ston* என்கிற நாடகத்தில் அறிமுகப்படுத்தப்பட்ட நாயகன். ஒரு மைனர். ஸ்த்ரீலோலன். ஐரோப்பிய எழுத்தாளர்களில் பலரும் மோலியர் [illegible] இவனை மையமாகவைத்து நிறைய எழுதியிருக்கிறார்கள்.

எப்பினால் சித்திரம் – பிரான்சு நாட்டில் எப்பினால் பகுதியிலிருந்த ஒருவகை சித்திரக்கலை *(Image d'Epinal)*, மரப்பலகையில் செதுக்கி வண்ணங்கள் பூசப்பட்ட இச்சித்திரங்கள் அரசியல், மதம் ஆகியவற்றை மையமாகக் கொண்டு உருவாக்கபட்டன. நாளடைவில், ஒருபொருளின் நல்ல பக்கத்தைக் குறிக்க (வடிவமுள்ள பகுதி) எப்பினால் சித்திரம் என்கிற சொல்லாடல் வழக்கில் வந்தது.

❖